Ikiwa Watu Wangu...

Mpango wa Mungu kwa Upya
na Uponyaji wa Nchi Yetu

F. Wayne Mac Leod

LIGHT TO MY PATH BOOK DISTRIBUTION
Sydney Mines, Nova Scotia, CANADA

Ikiwa Watu Wangu...

Copyright © 2019 by F. Wayne Mac Leod

All rights reserved. No part of this book may be reproduced or transmitted in any form or by any means without written permission of the author.

Yaliyomo

Dibaji	1
Utangulizi	3
Nitakapo Zifunga Mbingu	7
Watu Wangu	17
Kuitwa Kwa Jina Lake	25
Kujinyenyekeza Wewe Mwenyewe Na Kuomba	35
Kuutafuta Uso Wa Mungu	45
Kisha Nitasikia Kutoka Mbinguni	57
Msamaha Na Uponyaji	67
Light To My Path Book Distribution	77

DIBAJI

Hiki ni kifungu rahisi cha somo la 2 Nyakati 7:13-14, hakuna kitu chochote kipya katika ufafanuzi huu. Siandiki kuweka wazi chochote kilicho fichwa kisiri katika maandiko haya. Ukweli wa vifungu hivi viwili ni cha zamani na mojawapo rahisi lakini ni moja wapo tunachohitaji kusikia tena katika siku zetu.

Katika kipindi ambacho tunaangalia mipango mipya na mbinu ya kudumisha masilahi na kusababisha makanisa yetu yakue, ni rahisi kukosa urahisi wa kile Mungu anawaambia watu wake katika vifungu hivi. Afya ya makanisa yetu na uzima wa kiroho hautegemei juu ya mbinu na mipango mipya, lakini katika kuangalia nyuma kwenye mafundisho rahisi ya neno la Mungu. 2 Nyakati 7:13-14 ni funguo katika afya ya kiroho na kuzaa matunda.

Katika vifungu hivi vimeegemea katika majibu ya Mungu kwa maombi ya Sulemani kwa msamaha na kufanya upya baraka kwa watu wake. Katika jibu la maombi ya Sulemani, Mungu alishirikisha mahitaji yake kwa huo msamaha na uponyaji uchukue nafasi. Kusudi la Mungu halikubadilika. Ikiwa unataka kufahamu nini Mungu anahitaji kwa burudisho na kufanywa upya katika maisha yako ya kiroho, hivi vifungu viwili ni ufunguo.

Chukua muda wako kupitia ufafanuzi huu. Utahitaji kuakisi kwa kile umekisoma. Maswali katika mwisho wa kila sura yamebuniwa kukusaidia wewe katika kuakisi huko. Muombe

Roho wa Mungu akufungue fahamu zako kwa kile anataka kukufundisha wewe kupitia vifungu hivi rahisi vya kweli.

Maombi yangu ni kwamba Mungu angelipendezwa kutumia maneno yake kuleta upya na buridiko tutakalo liona kwa muda mrefu, siyo tu katika maisha yetu binafsi lakini katika jamii yetu pia. Bwana apendezwe kukubariki wewe kama unavyochukua muda kufanya kazi kupitia somo hili.

F. Wayne Mac Leod

UTANGULIZI

Ilikuwa ni ndoto ya muda mrefu ya mfalme Daudi kujenga hekalu ambapo Mungu angelikuwa anaabudiwa. Hakuwahi kamwe kuona ukamilifu wa ndoto hii, lakini mwanae, Sulemani, angeliileta kutokea. Wakati Sulemani anajenga hekalu, alikwepa kutokwa na gharama. Wanaume elfu saba wali ajiliwa kama wabebaji wa kusafirisha nyenzo kwenye eneo la ujenzi. Wapasuaji wa mawe elfu nane walifanya kazi mlimani ya kupasua mawe yaliyokuwa yanahitajika. Sulemani pia aliajili 3, 600 waangalizi wa kusimamia kazi (Ona 2 Nyakati 2:1-2). 1Wafalme 6:1 inatuambia kwamba hata kwa hii nguvu kubwa ya kazi bado ilichukua miaka 7 kujenga jengo hili kubwa. Hekalu lilijengwa kutoka vifaa bora vilivyokuwa vinapatikana na lingelikuwa ni moja ya mafanikio makubwa ya kisanifu ya wakati huo.

Ni muhimu kunukuu kwamba hekalu halikuundwa kuvutia tu. Lilikuwa hasa na kusudi Fulani. Tamanio la Daudi lilikuwa ni kwa Isiraeli kuwa na sehemu ambayo Mungu alikumbukwa na kuabudiwa. Hapa katika nyumba ya Bwana, watu wangelipata msamaha kupitia sadaka zilizokuwa zinatolewa kwa ajili yao. Hapa wangelitoa uthamani na shukrani zao kwa Bwana Mungu wao kupitia sadaka za shukrani wangelileta kwake.

Hekalu pia liliwakilisha tumaini kwa kuja kwa Mesia. Kila kipande cha thamani kiliwafundisha wao kitu kuhusu kazi ya kuja kwa kuhani na mfalme wao. Madhabahu iliwakumbusha wao kwamba angelikuwa sadaka kwa dhambi zao. Taa iliyosimama iliwaonesha wao kwamba atakuwa mwanga wa ulimwengu (Ona Yohana 1:4-9). Mkate juu ya meza katika sehemu takatifu ilitazamwa mbele kwa Bwana Yesu, ambaye angelikubali yeye mwenyewe kuwa mkate wa uzima (Ona Yohana 6:25 - 59). Kwa kufa kwake, Yesu angelipasua pazia la hekalu ambalo liliwatenga wao kutoka kwa Mungu wao (Ona Mathayo 27:50-51). Hekalu lilikuwa ni alama ya imani ya Israeli na liliwakilisha uhusiano wao kwa Bwana Mungu wao.

Sulemani alichukua ujenzi wa hekalu kwa ukubwa sana. Wakati ulipomalizika, aliwakusanya watu wa Israeli, na, akasimama mbele ya madhabahu, akainua mikono yake na kuomba. Maombi yake katika 2 Nyakati 6:12-42 yanaakisi uelewa wa Sulemani wa umuhimu wa kazi ambayo ameikamilisha tu. Hekalu ilikuwa ni alama inayoonekana katika ulimwengu wa imani ya Israeli, kama watu wa Mungu waliotangaza hadharani wao wenyewe kuwa watoto wake. Hii iliwaweka Israeli chini ya wajibu mkubwa. Kutangaza wao wenyewe kama wamuabuduo Mungu kwa kujenga jengo hili, bado waliendelea kuishi katika dhambi, ilikuwa nikutomuwakilisha Mungu waliomutangaza. Ilikuwa ni kulitukana jina lake mbele za mataifa. Hili lilikuwa ni jambo kubwa, moja ambalo Mungu asingechukulia sawa.

Inavutia kunukuu, kwamba Sulemani aliomba katika 2 Nyakati 6:12-42, ombi lake lilikuwa kwamba watu wa Mungu wangelikuwa wamesamehewa wakati wakiwa hawamjawakjilisha Mungu walitangaza hadharani siku hiyo. Kifungu" sikia na samehe" limeridiwa mara nne katika maombi ya Sulemani (Ona 2 Nyakati 6:21;25;27;30). Sulemani pa alimuomba Mungu" asikie na kutenda" (2 Nyakati 6:22) na ku" sikia na kutekeleza"(2 Nyakati 2:39), yote katika muktadha wa mahitaji ya Israeli kwa Mungu kuingilia kwa sababu ya dhambi ya dhambi yao au kutomwakilisha Mungu alimtangaza.

Kama Sulemani alivyoliweka wakfu hekalu, alitambua kwamba ilikuwa situ kutambua kukamilika kwa mradi mkubwa wa usanifu:

Ilikuwa ni kuhusu watu wa Mungu kutembea katika njia ambayo ilikuwa ya thamani ya jina warikili hadharani hiyo siku. Asili ya mwanadamu aliyopewa, Sulemani alifahamu kwamba yeye na watu wake wangelianguka. Aliomba kwa Mungu awasamehe wao kwa kutanga mbali na kutowakilisha jina lake. Alimwitia Mungu wa huruma aonyeshe rehema juu yao kwa sababu walikuwa hawakosawa katika kazi ya kumuwakilishi yeye katika ulimwengu.

2 Nyakati 7:13-14 ni jibu la Mungu kwa ombi la Sulemani. Mungu alihaidi katika kifungu hiki angelisamahe na kuponya watu wake na nchi yao. Hii ingelitokea tu, vyovyote, ikiwa wamekutana na hali yoyote. Uponyaji wa nchi yao na kurejeshwa kwa uhusiano wao na Mungu isingelikuwa tu ni jambo la kuomba ombi. Ili kwamba kwa uponyaji wa kweli na urejesho kuchukua nafasi, hali fulani inahitajika kufikiwa. Katika mfululizo wa sura zinazofuata tutapata muda wa kuchunguza jibu la Mungu kwa ombi la Sulemani na hali ambazo zilikuwa zinahitajika kwa msamaha na uponyaji. Ombi langu ni kwamba roho wa Mungu angelipendezwa kutumia kifungu hiki tena kurejesha na kuleta uponyaji kwa watu wake.

F. Wayne Mac Leod

1
NITAKAPO ZIFUNGA MBINGU

Nikizifunga mbingu isiwe mvua tena nikiamuru nzige kula nchi au nikiwapelekea watu wangu tauni (2 Nyakati 7:13)

Kama tulivyoona katika utangulizi, muktadha wa 2 Nyakati 7:13-14 ni maombi ya Sulemani baada ya kujenga hekalu. Hekalu lilikuwa ni alama ya imani ya Israeli. Ilikuwa ni taarifa ya umma kwa ulimwengu kuhusu Mungu wanayemuabudu. Namna hekalu lilisimikwa liliongea kwa watu juu ya Masihi ambaye alikuwa anakuja. Hapa taifa walimwabudu Mungu. Katika pazia la hekalu sadaka zilikuwa zinafanywa kwa msamaha wa dhambi. Uwepo wa Mungu ulitulia katika sehemu takatifu zadi.

Israeli ilikuwa na nafasi ya upendeleo kama watu wa Mungu, waliochaguliwa juu ya mataifa yote. Mungu alikuja kuishi kati yao na kuwabariki juu ya watu wote. Kwa huu upendeleo, vyovyote, lilikuja jukumu kubwa. Walitakiwa kufanya Mungu afahamike kwa mataifa. Si kila mara walifanya hili vyema, mara nyingi walianguka katika dhambi na kutokuwakilisha jina lake.

Nukuu kama tulivyoanza katika kifungu cha 13, kwamba ilikuwa ni matokeo ya kutokutii na kutowakilisha jina lake. Katika mada hii matokeo ya kutokutii huja katika namna tatu.

1. Mbingu zilifunga hivyo hakukuwa na mvua.

2. Nchi ililiwa na nzige.
3. Watu waliumizwa kwa tauni.

Mungu aliweka wazi kwa Sulemani kwamba angeadhibu dhambi na uasi. Nukuu kwamba adhabu hii ingeliathiri mbingu, nchi na watu. Ni muhimu tuelewe kwamba madhara makubwa ya dhambi siyo tu katika maisha yetu lakini juu ya ardhi yenyewe.

Wakati Adamu na Eva walitenda dhambi dhidi ya Mungu, kule katika bustani ya Edeni, mambo kadhaa yalitokea. Kwanza, kulikuwa na matokeo ya kiroho. Dhambi yao ilisababisha utengano kati yao na Mungu- kwa mara ya kwanza walijifunza kutoka kwa uwepo wake (Mwanzo 3:8). Pili, kulikuwa na matokeo ya kihisia-walipata aibu kwa mara ya kwanza. Aibu, katika jambo hili, ilikuwa katika giza lao (Mwanzo 3:10). Tatu, kulikuwa na matokeo ya mwili juu ya dunia-nchi na wanyama walilaaniwa na kifo kikaja kwa viumbe vyote (Mwanzo 3:17-19).

Dhambi ilieneza madhara. Hakuna mmoja anaweza kusema:" ninaumia hakuna mwingine ni mimi mwenyewe." Uwepo wa dhambi katika dunia hii ingeathiri viumbe vyote. Sikiliza kwa kile Bwana Mungu alisema kwa watu wake katika siku za Hosea:

Hapana neno ila kuapa kwa uongo na kuvunja ahadi na kuua na kuiba na kuzini huruka mpaka na damu hugusana na damu. Kwa ajili ya hayo nchi itaomboleza na kila mtu akaaye ndani yake atadhoofika pamoja na wanyama wa kondeni na ndege wa angani naam samaki wa baharini pia wataondolewa.
(Hosea 4:2-3)

Katika agano la kale lote kuna uhusiano mkubwa katika ya kutokutii na kuondolewa kwa Baraka za Mungu katika nchi. Hapa Hosea 4 tutaona namna gani dhambi za Israeli zimeathiri nchi, wanyama na samaki wa bahari. Wanyama, ndege na samaki walikufa kwa sababu watu wa Mungu walifanya dhambi. Dhambi ya watu wa Mungu haikuwaumiza wao tu: iliharibu nchi yao pia.

Wote tunakumbuka kisa cha Akani katika Yoshua 7. Alikuwa ni mtu ambaye alichukua vitu kutoka mji wa Yeriko moja kwa moja kinyume na amri ya Mungu katika Yoshua 7:1. Matokeo yalikuwa kwamba uwepo wa Mungu haukuwa tena na taifa la Israeli kuwapa wao ushindi katika vita yao. Watu thelathini na sita waliuwawa katika vita kwa mji wa Ai kama matokeo ya moja kwa moja ya dhambi ya Akani (Yoshua 7:4-5). Wakati tu Akani anakiri dhambi yake, na kuwekwa kwenye mauti, baraka ya Mungu ilirejeshwa4. Mafanikio ya taifa la Israeli yalitegemea siyo juu ya utaalamu wao wa kijeshi lakini juu ya utii wao kwa neno la Mungu. Matokeo ya kutokutii, katika jambo hili, kulikuwa na madhara katika jeshi na maisha ya wengi yalipotea.

Tungeliongelea kwa upana mkubwa kuhusu matokeo ya dhambi, lakini inatosha kusema kwamba hiyo ni adui wa kwanza wa mbio za mwanadamu. Uwepo wake unaharibu nchi yetu na kututenga sisi kutoka kwa Mungu na ukamilifu wa baraka zake. Mataifa yote yameharibiwa na dhambi. Makundi ya watu yameharibiwa juu ya uso wa dunia kama matokeo ya ushawishi wake. Nafsi zisizo hesabika zimepotea kwa sababu kwa sababu hawajafunguliwa kutoka kwenye mtego wao wa mauti. Ni kwa aibu kwamba hatuelewi asili ya kutisha ya dhambi na matokeo yake katika nchi yetu.

Nukuu kutoka 2 Nyakati 7:13 matumizi ya kifungu" nikizifunga mbingu." Neno" niki" ni muhimu. Inatuambia sisi kuwa inaenda kutokea. Mungu anafahamu moyo wa mwanadamu na mielekeo yao ya dhambi. Fikri umekuza watoto wako na imani potofu ambayo wasingeliweza kamwe kuwa na nidhamu kwa sababu wasingeliweza kamwe kufanya kila mara kilicho sahihi. Watoto wote wanapambana kutii. Mungu anafahamu mara nyingi hutunidhamisha sisi kuturudisha nyuma kwenye njia ya kweli na haki.

Mungu kutunidhamisha ni kwa mema yetu. Anatupenda sisi na anataka sisi tutembee vkatika njia aliyoiandaa. Mwandishi katika Waebrania aliweka hili wazi kwa undani:

> *Tena mmeyasahau yale maonyo yasemayo nanyi kama kusema na wana mwanangu usiyadharau marudia ya Bwana wala usizimie moyo kukemewa naye, maana yeye ambaye Bwana ampenda humrudi naye humpiga kila amkubaliye. Ni kwa ajili ya kurudiwa mwastahimili Mungu awatendea kama wana maana ni mwana yupi asiyerudiwa na babaye.*
> *(Waebrania 12:5-7)*

Adhabu na kupewa nidhamu ni muhimu ikiwa tunatakiwa kukua na kukomaa. Kunakuwa pia na ulinzi kutuweka sisi kutoka kutangatanga zaidi katika dhambi. Anaongea na taifa la uasi Israeli katika siku za Hosea, Bwana anasema:

> *Maana mama yao amezini yeye aliyewachukua mimba ametenda mambo ya aibu maana alisema nitafuatana na wapenzi wangu wanipao chakula changu na maji yangu sufu yangu na kitani yangu, mafuta yangu na vileo vyangu. Basi kwa ajili ya hayo angalia nitaiziba njia yako kwa miiba nami nitafanya kitalu juu yake asipate kuyaona mapito yake. Naye atawatafuata lakini hata waona, ndipo atakaposema" nitakwenda nikamrudie mume wangu wa kwanza kwa maana hali yangu ya zamani ilikuwa njema kuliko hali yangu ya sasa."*

Nukuu kile Mungu anasema hapa. Anakwenda kuiziba njia ya Israeli kwa miiba na kufanya kitalu ili kwamba asiweze kuwafata wapenzi wake. Hatimaye, alikuwa anajaribu kupata mawazo yake ili kwamba arejee kwake. Yeye angelifanya kwa makusudi kufanya njia yake kuwa ngumu na isiyozaa matunda ili kwamba arejee kwa mume wake wa kweli na kuipata furaha yake na kumfariji yeye.

Katika Nyakati 7:13 Mungu anawaambia watu wake kwamba kungelikuwa na matokeo ya dhambi na uasi. Ikiwa wakifungua malango kwa huyu adui mbaya, wangelihisi athari zake kubwa katika maisha yao na juu ya nchi yao.

Ikiwa watu wa Mungu wamefungua mlango wa kufanya dhambi na kurudi kutoka kwake, Angelizifunga mbingu ili kwamba isingelikuwepo mvua. Kusingelikuwepo na chakula cha kula. Watoto wao wangelishindwa na umasikini ungeenea katika nchi yote. Hatimaye, wangelianza kufa taratibu na kufa kikatili. Kifungu kimeweka wazi kwamba Mungu alifanya hili kama matokeo ya mojamoja ya dhambi na uasi katika nchi.

Siyo tu angeliifunga mbingu hivyo tu isingelinyesha lakini pia alimwambia Sulemani kwamba angeliamuru nzige kuharibu nchi. Kile ambacho kisingelikufa kwa kukosa maji kingeliliwa na nzige. Hawa nzige wataondoa kila kitu katika nchi ambacho kingelikuwa kimeliwa, wasingeliacha chochote kwa watu wa Mungu.

Kila kitu Israeli walichokuwa nacho kilipotea; kile walichokuwa wamekusanya kingelififia kuwa si kitu. Maisha yao yangelikuwa magumu zaidi na zaidi. Nabii Hagai anaongea kuhusu hili wakati anaelezea kile kilichotokea katika siku zake:

Basi sasa Bwana wa majeshi asema hivi" zitafakarini njia zenu. Mmepanda mbegu nyingi makavuna kidogo mnakula lakini hamshibi mnakunywa lakini hamkujazwa na vinywaji mnajivika nguo lakini hapana aonaye moto na yeye apataye mshahara apata mshahara ili kuutia katika mfuko uliotobokatoboka."

(Hagai 1:5-7)

Katika siku za Hagai mavuno yalikuwa kidogo na watu wa Mungu hakuwa wanatosheka kula. Walikuwa na mavazi lakini walikuwa na baridi kilamara. Walitengeneza pesa lakini haikuonekana kulipa mahitaji ya msingi ya maisha. Kile walichokifanya kilionekana kuwa kimeliwa ili kwamba kila mara wawe kwenye uhitaji.

Mungu pia alimwambia Sulemani katika kifungu hiki kwamba angelileta tauni miongoni mwa watu wake wakati walipoishi katika dhambi na kutomwakilisha yeye. Wakati hatujaambiwa asili ya tauni hii, tunafahamu kwamba ni ugonjwa mkubwa na kunakupoteza maisha katika tauni yoyote. Nukuu kifungu" miongoni mwa watu wangu." Watu waliorejewa hapa siyo wasioamini lakini ni watu wa Mungu. Ni watu wa Mungu ambao wangelihangaika katika njia hii. Yote hii ni kwa sababu ya dhambi katika maisha yao.

Dhambi haiwezi kuchukuliwa kiwepesi. Hauwezi kuakisi juu ya kifungu hiki kwa muda mrefu kabla ya kuona chuki kali ya Mungu kwamba anafunga mbingu, nchi kuliwa na kuambukizwa kwa kasi wale walioathiriwa kwa kifo hicho cha tauni.

Sulemani alifahamu kwamba Mungu angewaadhibu wote waliotembea katika njia ya dhambi. Aliomba hususani katika hili, akimuomba Mungu kuonyesha rehema juu ya Israeli katika gadhabu yake dhidi ya dhambi. Sikiliza maombi ya Sulemani katika 2 Nyakati 6:26-30:

> *Ikiwa mbingu zimefungwa hata hakuna mvua kwa sababu wamekukosa wewe kama wakiomba wakikabili mahali hapa na kulikiri jina lako na kuicha dhambi yao uwatesapo. (27) Basi usikie huko mbinguni ukaisamehe dhambi ya watumwa wako na ya watu wako Israeli uwafundishapo njia njema iwapasayo waindee ukainyeshee mvua nchi yako uliyowapa watu wako iwe urithi. (28) Ikiwa nchi imeingia njaa au tauni au ukosefu wa mvua au ukungu au nzige au panzi ikiwa adui wamewahusuru nchi ya miji yao au ukiwapo msiba wowote au uele wowote. (29) Yoyote atakayoyaomba na kusihi mtu awaye yote au watu wako Israeli wote pamoja watakaojua kila mtu pigo lake mwenyewe na msiba wake mwenyewe akiinyoshea mikono nyumba hii. (30) Basi usikie huko mbinguni ukaapo ukasamehe ukampatilize kila mtu kwa kadri ya njia zote wewe umjuaye moyo; (maana wewe peke yako ndiwe uijuaye mioyo ya wanadamu, (31) Ili wakuche wewe waziendee njia zako siku zote watakazoishi katika nchi uliwapa baba zetu.*

2 Nyakati 7:13-14 ni jibu la Mungu kwa maombi ya Sulemani katika sura iliyotangulia. Katika kifungu hiki cha kwanza, Mungu alithibitisha kwa Sulemani kwamba angeliwapa nidhamu na kuwaadhibu watu wake kwa dhambi. Baraka zitaondolewa

kutoka kwao. Mungu angelikuwa na vidokezo vya kiroho, hisia na maisha ya mwili ya watu wake. Ingeliharibu uchumi wao, kilimo chao na jeshi. Nyaja zote za maisha zingeathiriwa kwa dhambi na uasi dhidi ya Mungu. Hii ilikuwa ni ahadi ya Mungu.

Madhara ya dhambi yanatisha. Shetani hataki sisi tuelewe ukweli huu. Anataka sisi tuamini kwamba tunaweza kufanya dhambi na Mungu asichukue nukuu yake. Hataki tuone madhara ya dhambi zetu yaliyo juu yetu na nchi yetu. 2 Nyakati 7:13 ilitoa changamoto kwa hili. Inatuonyesha sisi kwamba Mungu ni mtakatifu ambaye atahukumu dhambi na uasi. Ataondoa baraka zake na atawanidhamisha na kuwaadhibu wale ambao wamekataa kusudi lake. Kunidhamishwa huko kutakuwa, kwa wakati, kuwa mkali.

Ikiwa tunaenda kupata uponyaji na urejesho katika nchi yetu, hatua ya kwanza ni kuona dhambi kama Mungu anavyoiona. Hatuwezi kuwa tumeponywa ikiwa hatuwezi kutambua kwamba tuko kwenye uhitaji wa uponyaji. Tunahitaji kuja uso kwa uso kwa ukweli wa kushangaza wa kile dhambi inafanya kwetu, rafiki zetu na nchi yetu. Tunahitaji kufahamu kiwango cha Mungu anavyochukia dhambi. Ilivyo, kwa mbali, adui yetu mkubwa. Hutuondolea sisi kila kitu ambacho ni chema na kututenga sisi kutoka kwa yote Mungu aliyokusudia kwetu kama watu binafsi na kama mwili wa kristo.

Tunatumia muda mwingi na pesa kutafuta kuona njia ya kusidia makanisa yetu kukua na kupata baraka za kina za Mungu. Ufunguo wa baraka na kukua hakuna mkutano zaidi na taratibu lakini utii wa kina. Baraka za Mungu huangukia juu ya wale ambao wanampenda yeye na kutembea katika utii kwa kusudi lake. Katika 2 Nyakati 7:13 Mungu alihaidi kuzifunga mbingu na kuzuia baraka zake ikiwa hatutashughulika na dhambi. Hitaji kubwa la siku zetu ni uhitaji wa kina wa ufahamu wa dhambi na madhara yake.

Kwa Kuzingatia:

Dhambi ina athari gani juu ya nchi yetu? Ni madhara gani inayo juu ya maisha yetu? Kuna ushahidi wa hili leo?

Kwa nini Mungu anazuia baraka zake? Nini kingelitokea ikiwa asingelizuia baraka zake au kutoadhibu dhambi?

Nini shetani amekuwa akifanya kuficha madhara ya dhambi kutoka kwetu leo? Namna gani tumekuwa tukidanganywa na yeye katika hili?

Kwa Maombi:

Mshukru Bwana kwamba ni Mungu mtakatifu ambaye njia zake ni kamilifu na za haki.

Muombe Bwana akupe uelewa mzuri wa dhambi na madhara yake katika taifa lako na kanisa.

Muombe Bwana akuonyeshe dhambi yoyote ndani yako ambayo inakuweka kutoka kuupata ukamilifu wa baraka zake katika maisha yako leo.

Chukua muda kukiri dhambi yako na muombe Mungu kukuonyesha wewe namna unavyoweza kuwa na ushindi juu yake.

2
WATU WANGU

Ikiwa watu wangu......... (2 Nyakati 7:14)

2 Nyakati 7:13-14 iliandikwa kwa na kuhusu watu wa Mungu. Hii imewekwa wazi kabisa katika fungu" ikiwa watu wangu." Kuna ouvu mkubwa katika ulimwengu huu. Watu wengi wamemkataa Bwana Yesu na ukombozi alioutoa na wametanga mbali na kusudi lake. Hii ni sababu ya wasiwasi mkubwa lakini si lengo la msingi la kifungu hiki.

Mungu anaongea na Sulemani kuhusu watu wake. Katika mkutadha huu, ni watu wa Mungu walioanguka katika dhambi na wanahitaji kunyenyekea wao wenyewe. Ni wao ambao walitanga mbali na wanahitaji kurudi kutoka kwenye njia zao za uovu kuutafuta uso wa Mungu mara nyingine zaidi.

Namna ni rahisi kuona dhambi za wengine na sio za kwetu. Sikiliza kile Yesu alisema katika Mathayo 7:3-5:

(7:3) " Basi mbona wakitazama kibanzi kilicho ndani ya jicho la ndugu yako, na boriti iliyo ndani ya jicho lako mwenyewe huiangalii?(7:4) Au utamwambiaje nduguyo, niache nikitoe kibanzi katika jicho lako na kumbe mnaboriti ndani ya jicho lako mwenyewe?(7:5) Mnafiki wewe itoe kwanza ile boriti katika jicho lako mwenyewe ndipo utakapoona vema kukitoa kile kibanzi katika jicho la ndugu yako.

Kabla ya kuona mapungufu ya wengine, tunahitaji kujichunguza sisi wenyewe. Ni rahisi kuona dhambi ndani ya watu wengine, lakini ni ngumu zaidi kuona dhambi zetu wenyewe. Uhalisia wa jambo, vyovyote, ni kwamba hatuwezi kumhukumu yeyote yule hadi tuwe tumejichunguza kwanza sisi wenyewe. Hadi tutoe boriti nnje ya jicho letu wenyewe, hatuna haki ya mshitaki ndugu yetu kwa kibanzi ndani yake.

Katika Ezekieli 9 Bwana yupo tayari kuleta hukumu yake katika nchi ya Israeli. Kama alivyojiandaa kwa hukumu hii, aliwaita malaika wawili. Alimwambia malaika wa kwanza kupita katika ya mji, ya Yerusalemu ukatie alama katika vipaji vya watu wanaougua na kulia kwa sababu ya machukizo yote yanayofanyika kati yake (Ezekieli 9:4). Kisha akamwamuru malaika wa pili kumfata malaika wa kwanza, kuua bila huruma, mkumbushaji katika nchi. Sikiliza katika maneno ya Bwana kwa huyu malaika wa pili katika Ezekieli 9:6:

Waueni kabisa mzee na kijana na msichana na watoto wachanga na wanawake lakini msimkaribie mtu yeyote mwenye hiyo alama tena anzeni katika pataktifu pangu. Basi, wakaanza kwa wazee waliokuwa mbele ya nyumba.

Mungu ameweka wazi kwamba huyu malaika wa kisasi alitakiwa kuanza na patakatifu pake. Alitii na kuanza na" wazee ambao walikuwa mbele ya hekalu." Hukumu ya Mungu huanza na watu wake. Kama wazazi, tunahusika kukua vizuri kwa watoto wote. Cha kwanza kuhusika, vyovyote, ni watoto wetu. Mungu hana tofauti. Kama watoto wa Mungu, tunamuwakilisha yeye katika ulimwengu. Sisi ni mabalozi katika ulimwengu uliopotea dhambini (Soma 2Wakoritho 5:20). Msingi husika wa serikali yoyote au ufalme ni wale ambao wanawawakilisha wao kufanya hivyo kwa uadilifu. Wakati mabalozi wasipo wakilisha vizuri serikali yake kutakuwa na sababu ya hatua za haraka.

Mungu amechagua kufikia ulimwengu kupitia sisi kama mabalozi wake. Tunamuwakilisha yeye katika ulimwengu. Tunaangaza mwanga katika ulimwengu. Watu watamuona Mungu kupitia sisi.

Uhusiano mkubwa wa Mungu ni kwa usafi wa kanisa juu ya nchi. Hatuwezi kuwashawishi watu kwa kutokuwa watakatatifu ikiwa sisi wenyewe hatuishi kwa mfano wa Kristo mbele yao. Hatuwezi kuwa chombo chake cha baraka ikiwa tutabeba hizo baraka kwa dhambi zetu wenyewe.

Turudi nyuma kwa muda kwa nabii Ezekieli. Katika Ezekieli 8 nabii alikuwa amekaa na wazee wa nchi wakati Bwana anaongea kwa nguvu kwake katika maono. Katika maono haya Bwana alimleta kwenye mlango wa kaskazini wa hekalu. Pale aliona madhabahu kubwa ya kipagani ambayo iliamsha hasira ya Mungu (kifungu 5-6). Kisha Bwana alimchukua kwenye mahali pa kuingilia pa hekalu ambapo aliona tundu kwenye ukuta. Aliambiwa achimbe kwenye hili tundu, wakati alipochimba, Ezekieli aliona mlango. Mungu alimwambia kwenda kupitia mlango huo. Wakati Ezekieli alipotii, Bwana alimuonesha vitu ambavyo havionekani kwa macho ya kibinadamu. Kama Ezekieli alivyotazama kwenye ukuta wa hekalu aliona picha ya wanyama wasio safi na sanamu. Wazee walikuwa wamesimama mbele ya sura hizo na chetezo mikononi mwao (ishara ya maombi ya watu wa Mungu). Walikuwa wakiabudu hivi vitu visivyo vya kawaida. Kisha Mungu akanena na Ezekieli akasema:

"Mwanadamu umeyaona wanayotenda wazee wa Israeli gizani, kila mtu ndani ya vyumba vyake vya sanamu? Maana husema Bwana hatuoni; Bwana ameiacha nchi hii."

Ni picha ya hudhuni namna gani inayotengenezwa na viongozi wa dini wa siku hizo. Mungu alimuonesha Ezekieli kile kilichokuwa hakionekani katika macho ya wanadamu. Alimuonesha mioyo na mitazamo ya wale waliokuwa wakiwaongoza watu wa Mungu. Ni nini kimechorwa kwenye ukuta wa akili zetu? Ni miungu gani imesimama katika mioyo yetu? Mungu anaona kile wengine hawawezi kukiona. Anaona siri ya shauku ya mioyo na akili zetu.

Sehemu ya watu wote katika agano jipya, Yesu aliwakosoa sana Wafarisayo. Walikuwa ni watu wa dini ambao waliweka mambo mema mbele, lakini mioyo yao haikuwa sawa na Mungu. Sikiliza kile Bwana anasema kuhusu wao katika Mathayo 23:27-28:

(27) " Ole wenu waandishi na Mafarisayo, wanafiki! Kwa kuwa mnafanana na makaburi yaliyopakwa chokaa nayo kwa nje yanaonekana kuwa mazuri, bali ndani yamejaa mifupa ya wafu na uchafu wote. (28) Vivyo hivyo ninyi nanyi kwa nje mwaonekana na watu kuwa wenye haki, bali ndani mmejaa uanafiki na maasi.

Wafarisayo walikuwa ni" makaburi yaliyopakwa chokaa." Walionekana wazuri na safi kwa nje lakini ndani walijazwa na ubovu na kifo. Yesu aliwaona kama adui katika kusudi la Mungu.

"Ole wenu waandishi na Mafarisayo, wanafiki! Kwa kuwa mnazunguka katika bahari na nchi kavu ili kumfanya mtu mmoja kuwa mwongofu; na akiisha kufanyika mnamfanya kuwa mwana wa jehanamu mara mbili zaidi kuliko ninyi wenyewe." (Mathayo 23:15)

Viongozi wa watu wa Mungu walikuwa" wana wa kuzimu." Walizuia kupanuka kwa ufalme wa Mungu duani. Ilikuwa, ndani ya sehemu kwa sababu yao na wengine kama wao kwamba Mungu aliondoa baraka zake kutoka katika nchi.

Mtume Petro aliweka wazi kabisa kwamba hukumu itaanza na watu wa Mungu.

Kwa maana wakati umefika wa hukumu kuanza katika nyumba ya Mungu na ikianza kwetu sisi mwisho wao wasiotii injili ya Mungu itakuwaje?(1Petro 4:17)

Sisi, tulio wa Mungu, tunahusika kwake kwa namna kubwa. Pia anatamani kwamba tumuwakilishe vizuri katika ulimwengu huu. Ikiwa tukiwa wafanisi kama mwanga katika ulimwengu huu wa giza tunatakiwa kwanza kujichunguza sisi wenyewe kuona kama kuna kitu chochote kinaharibu ushuhuda wetu.

Mtume Petro aliwaambia waume kwamba ikiwa wanataka kuzifahamu baraka za Mungu, wanatakiwa kujifunza kuwatendea wake zao kwa heshima.

Kadhalika ninyi waume, kaeni na wake zenu kwa akili na kumpa mke heshima kama chombo kisicho na nguvu na kama warithi pamoja wa neema ya uzima kusudi kuomba kwenu kusizuiliwe. (1Petro 3:7)

Mwanaume, asiyemheshimu mke wake, huuondoa mibaraka ya Mungu katika maisha yake mwenyewe. Zingatia hili kwa muda. Mombi ya mwanamme ya baraka za familia yake yanazuiliwa kwa sababu ya mwanamme kukosa uangalizi kwa mke wake. Ikiwa hii kanuni ni kweli katika ndoa, kuna ukweli fulani katika maeneo mengine ya maisha pia. Tunaweza, kwa kutokutii kwetu, ubinfsi au uvivu, kuzuia baraka za Mungu katika nchi yetu. Acha nielezee hii kutoka kitabu cha mwanzo.

Wakati Mungu anamuumba mwanadamu, alimuweka katika bustani ya Edeni aifanyie kazi na kuitunza (Mwanzo 2:15). Hii isingelikuwa kazi rahisi wakati dhambi ilipoingia ulimwenguni. Magugu na miiba vilimea katika hiyo bustani. Adamu angelifanya kazi kwa nguvu na kuona mavuno kwa nguvu. Fikri kwa muda kwamba hii bustani ilikuwa imejazwa na magugu na miiba. Hayo magugu yangelianza kusonga matunda mazuri na mbogamboga. Mwitikio wako ungelikuwa nini? Wewe usingelimuuliza mwanadamu wajibu wake wa kujali bustani? Usingemuuliza kuhusu kwa nini hafanyi kazi yake? Baraka ya mavuno mazuri inaweza kuzuiliwa na uvivu. Magugu na miiba yanaweza kuenea ikiwa hayakuondolewa katika eneo.

Mungu ametuweka sisi juu ya dunia kufanya kazi na kuijali. Ikiwa huu ulimwengu umejazwa na magugu na miiba ya dhambi, tunahitaji kuangalia kwanza kwa wale ambao walipewa kazi ya kuijali. Tunahitaji kujiuliza sisi wenyewe kwa nini ushuhuda wetu hauwi sanifu. Kwa nini baraka za Mungu si dhahiri zaidi katikati yetu? Kwa nini nguvu ya roho wa Mungu haionekani kuwa katika ukamilifu wake? Ni rahisi kutazama katika hali ya ulimwengu na kusahau kwamba sisi ni miongoni mwa Mungu aliowaweka hapa kuujali ulimwengu. Sisi ni vyombo kupitia hivyo Mungu anataka baraka zake zimiminike. Wakati watu wa Mungu wanapokuwa hawaposawa na yeye, baraka anazotarajia kuzimimina kupitia wao zinawekwa mbali kutoka katika taifa. Uponyaji wa nchi yetu lazima uanze na wanaoujali.

Cha Kuzingatia:

Kwa nini ni muhimu kwamba tukijichunguza wenyewe katika mwanga wa hali ya ulimwengu huu?

Kusudi la Mungu ni nini kwetu katika ulimwengu huu? Jinsi gani baraka zake zinakuja ulimwenguni kupitia sisi?

Namna gani Mungu amekuita kuwa njia ya baraka zake kwa wengine? Namna gani zawadi yako ya kiroho na mzigo umeachilia baraka za Mungu kwa wengine?

Ni dhambi gani imeweka baraka za Mungu mbali na jamii yako na kanisa?

Kwa maombi:

Muombe Mungu akupe uelewa mzuri kwa wajibu alionao kwako kwa kuleta baraka zake katika ulimwengu.

Muombe Bwana atusamehe kama waamini kwa kuwalaumu wengine kwa hali ya ulimwengu huu.

Muombe Mungu atembee katikati yetu kuleta utambuzi wa kina wa wajibu wetu kuwa vyombo vyake katika kujali ulimwengu huu.

Muombe Mungu kufichua dhambi yoyote ambayo inazuia baraka zake ndani yako na kupitia wewe kwa ulimwengu.

3
KUITWA KWA JINA LAKE

"Walioitwa kwa jina langu" (2Nyaklati 7:14)

Katika sura iliyopita tumeona kwamba 2 Nyakati 7:13-14 iliandikwa kwa waumini. katika sehemu ya kifungu inayofuata Bwana alielezea watu wake kama kuwa wale ambao wame" itwa kwa jina lake". Inamaanisha nini kuitwa kwa jina la Mungu na namna inavyoweza kutumika katika mkutadha wa vifungu hivi viwili? Acha tuangalia katika njia tatu waamini wameitwa kwa jina lake.

HUDUMA MUHIMU

Njia ya kwanza waamini wanaitwa kwa jina la Mungu ni kupitia kipawa na kusudi maalumu. Katika maandiko yote Bwana Mungu amewapaka mafuta watu wake na kuwatenga pembeni kwa kusudi fulani. Roho mtakatifu aliwatenga Paulo na Barnaba kama wamisheni katika Matendo 13:2:

Basi hawa walipokuwa wakimfanyia Bwana ibada na kufunga, Roho mtakatifu akasema," nitengeeni Barnaba na Sauli kwa kazi ile niliyowaitia."

Mtume Paulo alikuwa na hisia za wazi ya wito wa Mungu juu ya maisha yake wakati anaandika katika Warumi 1:1:

Paulo, mtumwa wa kristo Yesu aliyeitwa kuwa mtume na kutengwa aihubiri injili ya Mungu.

Mungu alikuwa na kazi maalumu kwa Paulo kuikamilisha katika maisha yake. Alitengwa kuhubiri injili kwa mataifa.

Huu mwito wa Mungu siyo tu kwa mtu Fulani mtume Petro anakumbusha viongozi wake kwamba wote wamechaguliwa na Mungu kwa kusudi fulani. Sikiliza kile anawaambia katika 1Petro 2:9:

Bali ninyi ni mzao mteule ukuhani wa kifalme taifa takatifu watu wa milki ya Mungu, mpate kuzitangaza fadhili takatifu zake yeye aliyewaita mtoke gizani mkaingie katika nuru yake ya ajabu.

Kulingana na Petro, wote tumeitwa katika ofisi ya kuhani. Hii inahitaji kwamba kuwa watu watakatifu ambao wanatangaza sifa za Mungu katika ulimwengu wa giza. Popote tunapokwenda, tunamuwakilisha Bwana Mungu kama wale waliochaguliwa.

Kulingana na Paulo 1Wakoritho 6:19-20, Mungu anamadai Fulani katika maisha yetu:

(6:19) Au hamjui ya kuwa mwili wenu ni hekalu la roho mtakatifu aliye ndani yenu, mliyepewa na Mungu? Wala ninyi si mali yenu wenyewe; (6:20) Maana mlinunuliwa kwa damani. Sasa basi, mtukuzeni Mungu katika miili yenu.

Waamini ni wamiliki wa Mungu. Roho wake mtakatifu anaishi ndani yetu. Sisi ni watumishi wake na amechagua kututumia kama vyombo vyake kuleta baraka na mwanga kwa mataifa. Miili yetu ni hekalu la roho mtakatifu. Ni miliki ya Mungu. Hatuwezi kufanya kama tunavyopendezwa na hiyo miili. Ni miliki ya Mungu. Amechagua kuitumia kwa utukufu wake.

Sisi ni mabalozi wa Kristo. Huu siyo wito wa wachache waliochaguliwa lakini ni wito wa kila mwamini. Paulo ameliweka hili wazi katika 2Wakoritho 5:20 wakati anasema:

Basi tu wajumbe kwa ajili ya Kristo, kana kwamba Mungu anasihi kwa vinywa vyetu twawaomba ninyi kwa ajili ya Kristo mpatanishwe na Mungu.

Kila mwamini amechaguliwa na Mungu kuwa mwakilishi wake katika dunia hii. Kwa wito huu maalumu huja wajibu mkubwa. Ni lazima tumuwakilishe kwa uaminifu. Ni lazima tung'ae kama mwanga katika ulimwengu huu. Mungu analojukumu kwa kila mmoja kulifanyia kazi. Ametutengeneza sisi na kutuzawadia kwa kazi fulani. Ni upendeleo wa ajabu kuwa tumeitwa kwa jina lake na kwenda katika mamlaka yake.

UHUSIANO MAALUMU.

Kuna maana nyingine ya pili katika hiyo waamini wameitwa kwa jina lake. Wakati mke wangu na mimi tunoana alinipa jina lake la kike na akachukua langu. Alifanya hivyo kwa kusudi maalumu. Alitaka niweze kumfahamu. Alichukua jina langu ili kwamba kila mmoja angeliweza kufahamu kwamba sisi ni mke na mme. Katika njia sawa, wakati watoto wetu, wanapewa jina la familia. Hii inaonyesha kwamba wanahusika kwetu na kuzaa majina yetu. Tulijisifu kuwapa kila mtoto jina la familia yetu. Ni kitu sawa hutokea wakati tunapokuwa watoto wa Mungu. Mungu hujisifu kutupa sisi jina lake. Tangu tumekuja kwa Kristo, tulichukua jina lake.

Katika Matendo 15 jamii ya Wayahudi walikuwa wanapambana na ukweli kwamba mataifa (wasio wayahudi) walikuwa wanakuja kwa imani katika Bwana Yesu. Walipokuwa wanajadiliana kama mataifa wangeliweza kuwa wakristo, Yakobo alisimama na akanukuu kifungu kutoka Amosi 9:11-12. Sikiliza kile Amosi alitabiri katika matendo 15:16-17:

(15:16) " Baada ya mambo haya nitarejea nami nitaijenga tena nyumba ya Daudi iliyoanguka. Nitajenga tena maanguko yake nami nitaiisimamisha, (15:17) Ili wanadamu waliosalia

wamtafute Bwana na mataifa wote ambao watu wangu ambao jina langu limetajwa kwao.

Nabii Amosi alitabiri kwamba kungelikuwa na siku inakuja ambayo Mungu atalijenga tena taifa la Israeli. Katika siku hizo, mataifa wangelibeba jina la Bwana. Mungu angeliwaita mataifa kwa jina lake pia. Kwa maneno mengine, angelijisifu kuwapa wao jina lake na kuwaita watoto wake. Mungu haoni aibu kutuita sisi watoto wake.

Nitakuwa baba kwenu nanyi mtakuwa kwangu wanangu wa kiume na wakike, asema Bwana mwenyezi. (2Wakoritho 6:18)

Mungu alituita kwa jina lake katika maana ya kwamba hutambuliwa pamoja nasi na nakutuleta katika mahusiano muhimu na yeye. Tu watoto wake na ametumiminia pendo lake na baraka zake juu yetu kama watoto wake. Pamoja na upendeleo huu wa kushangaza huja wajibu wa kushangaza. Mtume Yohana aliipata hii katika 1Yohana 3:1-3 wakati anasema:

(3:1) Tazameni ni pendo la namna gani alilotupa baba kwamba tuitwe wana wa Mungu na ndivyo tulivyo. Kwa sababu hii ulimwengu hautatambui kwa kuwa haukumtambua yeye. (3:2) Wapenzi sasa tu wana wa Mungu wala haijadhihirika bado tutakavyokuwa lakini twajua ya kuwa atakapodhihirishwa, tutafanana nae; kwa maana tutamwona kama alivyo. (3:3) Na kila mwenye matumaini haya katika yeye hujitasa kama yeye alivyo mtakatifu.

Nukuu kwamba wale walioitwa watoto wa Mungu wanahitajika kujiweka safi wao wenyewe. Wale walioingia katika uhusiano huu muhimu na Mungu wanahitaji kumheshimu kama baba yao. Mungu ametupa sisi jina lake ili kwamba ulimwengu uweze kufahamu kwamba sisi ni wake.

KAZI MAALUMU YA MUNGU NDANI YETU.

Kuna njia moja zaidi katika hiyo waamini wameitwa kwa jina la Mungu. Hii inahusiana na kazi ya Mungu katika maisha ya waamini.

Katika Biblia majina ya nyakati yalikuwa na umuhimu maalumu. Mara nyingi yalikuwa yakinabii katika asili na kuakisi kile mtoto angelitimiliza katika muda wa maisha yake. Muda mwingine waligeuka nyuma, kwa muda, kwa vitu ambavyo vilivyowatambulisha wao kama watu. Kwa muda, majina yangebadilika kwa sababu maisha ya mtu binafsi yamechukuliwa katika mkondo mpya. Tuna mfano wa hili katika Mwanzo 32:28:

Akamwambia "jina lako hutaitwa tena Yakobo ila Israeli maana umeshindana na Mungu na watu nawe umeshinda."

Yakobo alikuwa ni mtu aliyepigana na malaika wa Bwana. Angelikuja kufahamika kwa jina Israeli ambalo kitaalamu linamaanisha" kupambana na Mungu". Hilo jina lingepita mataifa ikiwa ni maneno ya kinabii kuhusu wao kama watu.

Nabii Isaya alionge siku ambayo jina la Israeli lingelibadilika tena. Tunasoma Isaya 62:1-2:

(62:1) Kwa ajili ya Sayuni sitanyamaza na kwa ajili ya Yerusalemu sitatulia hata haki yake itakapotokea kama mwangaza na wokovu wake kama taa iwakayo. (2) Na mataifa wataiona haki yako, na wafalme wote watauona utukufu wako, nawe utaitwa jina jipya litakalotajwa na kinywa cha Bwana.

Nukuu kwamba hili jina jipya lingelikuja kama matokeo ya kazi ya Mungu katika maisha ya taifa. Haki yake ingeling'aa mara nne kama mwangaza na ukombozi wake kama taa. Asingelionekana tena kama Israeli (mtu aliyepambana na Mungu) kwa Mungu alileta mwisho wa hilo pambano. Badala yake, angeliitwa kwa jina jipya ambalo ni sahihi zaidi kuakisi kazi ya Mungu alioifanya ndani yake.

Katika Ufunuo 3:12 tunasoma kwamba wale walioshinda watapewa jina jipya.

Yeye ashindaye nitamfanya kuwa nguzo katika hekalu la Mungu wangu wala hatatoka humo tena kabisa nami nitaandika juu yake jina la Mungu wangu na jina la mji wangu na jina la mji wa Mungu wangu huo Yerusalemu mpya ushukao kutoka mbinguni kwa Mungu wangu na jina langu mwenyewe lile jipya.

Mungu angeliandika jina lake jipya kwa mshindi. Hili jina jipya linawakilisha kazi ambayo Mungu ameifanya katika watu hao katika kumpa yeye neema ya kushinda.

Wakati nilipoenda shule wazazi wangu wangelinunulia daftari. Moja ya kitu cha kwanza ningelifanya kwenye hilo daftari ni kuandika jina langu juu yake. Hilo jina siyo tu lingemwambia kila mmoja kwamba daftari ni la kwangu lakini linamuonyesha mwalimu wangu kwamba kazi niliyoifanya ndani ya hilo daftari ni ya kwangu. Daftari lenyewe siyo muhimu kwa mwalimu wangu kama nilivyo fanya kazi ndani ya daftari langu. Miaka mingi baadae nilipojiunga na chuo kikuu na seminari, kila wakati niliandika mtihani wangu ningeliandika jina langu kumuonesha profesa kwamba mimi ni mwandishi wa kazi.

Mungu hufanya kitu sawa. Huandika jina lake juu yetu na hutuita sisi wake. Hufanya hivi ili ulimwengu uone kwamba ni kazi ya mikono yake. Ikiwa tu wawazi kwa kile Mungu anafanya, tutaona njia nyingi ambazo Mungu hututengenezea na kutubadilisha katika sura yake. Paulo anawakumbusha waumini wa Filipi kwamba Mungu ambaye ameianzisha kazi ndani yao ataimaliza hiyo kazi (tazama Wafilipi 1:5). Mungu yupo katika kazi ya kubadilisha watu wake. Bado tupo tunatengenezwa na kufinyangwa kupitia kazi ya roho wake mtakatifu ndani yetu. Tumeitwa kwa jina lake kwa hivyo sisi ni kazi yake.

Ni muhimu vile tunaelewa hapa kwamba Mungu ambaye ametuita kwa jina lake amewekeza sana ndani yetu. Anaendelea kila siku kutubadilisha sisi. Ameweka roho wake mtakatifu ndani yetu atulinde na kututengeneza sisi katika sura yake. Anaendelea na hii kazi na atafanya hivyo hadi tutakapo kufa.

Kifungu" kuitwa kwa jina lake" ni kimojawapo muhimu. Hutuonyesha kwamba Mungu amewatenga watu wake na alipendezwa kuwaita wao ni wake (hata kama si kila mara walimuheshimu yeye). Pia inatuonyesha kwamba kuna kazi ya Mungu inayoendelea. Aliwekeza sana ndani yao. Anawatengeneza wao kupitia hali ya maisha na kuwabadilisha kuwa watu wa utakatifu na heshima.

Ni katika muktadha huu tunaweza kuelewa kwamba Mungu anamwambia Sulemani katika 2 Nyakati 7:13-14. Ni wale walioitwa kwa jina la Mungu aliwachagua waliotenda dhambi na waliogeuka kutoka kwa Mungu. Mungu amewachagua wao kuwa vyombo kupitia kile baraka zake zingelifika mbali katika pande za dunia. Ni watu maalumu walioishi kwa unyenyekevu wote ambao ulikuja kwa kuwa mtoto wa Mungu. Aliwatengeneza kupitia hali na kupitia ulimwengu wake. Rasilimali zake zilikuwa katika uchafu wao. Waliitwa kwa jina lake. Kwa upendeleo wote, vyovyote, huja wajibu ulio sawa. Ikiwa watu wa Mungu wasipouchukua huu wito kwa ukubwa, hapo kutakuwa na madhara makubwa juu ya dunia.

Kwa Kuzingatia:

Ni kipawa gani cha kiroho au kipawa Mungu amekupa wewe? Wito wako ni nini katika maisha yako?

Umekuwa ukitumia karama yako ya kiroho kwa Bwana? Umekuwa mwaminifu kwa kile Mungu alichokuitia wewe?

Wajibu gani unao sasa kwamba Mungu amekuita wewe kuwa mtoto wake na kukupa wewe jina lake? Unaishi kama mtoto wa Mungu? Kuna tofauti gani ingelikuwa katika maisha yako sasa kwamba wewe ni wa Mungu?

Ni aina gani ya kazi Bwana Mungu amekuwa akiifanya katika maisha yako hivi karibuni? Unatiwa moyo namna gani unapopata ukweli kwamba Mungu anaendelea kufanya kazi katika kukubadilisha zaidi na zaidi katika sura yake?

Kuna matokeo gani wakati waamini hawachukui kwa ukubwa ukweli kwamba wameitwa kwa jina la Mungu?

Kwa Maombi:
Muombe Bwana kukuonyesha wajibu wako katika ufalme wake. Mshukru Mungu kwamba ana anakusudi kwako.

Mshukru Bwana kwamba yupo tayari kukutengeneza kuwa mtoto wake. Mshukru yeye kwamba alipendezwa na kujisifu kuwa baba yako wa mbinguni.

Muombe Bwana akusaidie kuwa tayari zaidi kujifunza masomo, anahitaji kukufundisha wewe. Muombe yeye kufungua moyo wako kikamilifu kwake ili kwamba uweze kuwa yote anayohitaji wewe kuwa.

4

KUJINYENYEKEZA WEWE MWENYEWE NA KUOMBA

Ikiwa watu wangu walioitwa kwa jina langu watajinyenyekesha na kuomba (Nyakati 7:14)

Kwa upana katika somo letu tumechunguza muktadha wa 2 Nyakati 7:13-14. Sulemani amekuwa akiomba kwa watu wa Mungu. Alijua wangelianguka kwa muda mfupi kwa kiwango Mungu alichowatenga wao. Pia alitambua kwamba dhambi zao zingeliwatenga na mtiririko wa baraka za Mungu kupitia wao kuuufikia ulimwengu. Aliomba kwa rehema na huruma za Mungu juu ya Israeli wakati wanapoanguka. Katika muitikio wake, Mungu alimwambia Sulemani kwamba hata kama watu wakianguka katika dhambi, baraka zao zingelirejeshwa ikiwa watafanya vitu vine. Mahitaji haya manne yameorodheshwa katika kifungu cha 14 kama ifuatavyo:

1. Kujinyenyekesha wao wenyewe
2. Kuomba
3. Kuutafuta uso wa Mungu
4. Kugeuka kutoka katika njia zao mbaya

Kifungu hiki kila mara kimekuwa kikichukuliwa nje ya mkutadha. Labda umewahi kusikia watu wakisema kwamba ikiwa tunahitaji baraka za Mungu yote tunayotakiwa kufanya ni kuomba. Maelekezo yanakosa kiini cha kifungu. Maombi ni moja tu ya mahitaji manne ya Mungu hapa. Ikiwa tunatarajia baraka za Mungu kurejeshwa katika nchi yetu tunahitaji kuwa na mahitaji manne.

Kwa kusudi letu katika ufafanuzi huu tutagawanya haya mahitaji manne katika sehemu mbili. Naamini yameeleweka vizuri katika mwangaza huu. Katika sura hii tutachunguza inamaanisha nini kujinyenyekesha wenyewe na kuomba.

UNYENYEKEVU

Unyenyekevu wa kweli unakubali hatia

Kama tunavyoanza, tunahitaji kujiuliza sisi wenyewe inamaanisha nini kwa watu wa Mungu kujinyenyekeza wenyewe. Katika mkutadha wa fungu hili, Mungu anajibu maombi ya Sulemani kwa rehema juu ya watu wenye dhambi. Dhambi inatazamwa katika kifungu hiki. Unyenyekevu ambao Mungu anawaomba watu wake kuufata unaelekeana na kutubu dhambi na kutambua hatia yao. Kwa watu wa Mungu kujinyenyekeza wao wenyewe, katika muktadha huu, ilikuwa ni kukubali kwamba wamekosa.

Katika 2 Nyakati 33:22-23 inaelezea mfalme Amoni kama mtu aliyekataa kujinyenyekeza yeye mwenyewe kwa Mungu.

(22) Akafanya yaliyo maovu machoni pa Bwana kama alivyofanya Manase babaye Amoni akazitolea dhabihu sanamu zote alizozifanya Manase babaye, akazitumikia. (23) Wala hakujinyenyekeza mbele za Bwana kama Manase babaye alivyojinyenyekeza lakini huyo Amoni akaongeza makosa juu ya makosa.

Kwa mfalme Amoni, kujinyenyekeza yeye mwenyewe ilikuwa inamaanisha kurudi kutoka katika miungu yake na kutubu dhambi zake. Hiki kilikuwa ni kitu alichokataa kukifanya. Nukuu kwamba inawezekana kukataa kujinyenyekeza. Labda wewe umekutana na watu ambao wamekataa kutubu dhambi zao au kukubali kwamba walikuwa wamekosa. Wanaweza kukataa kuwa wamerejeshwa na kaka au dada. Mungu hatulazimishi sisi kukubali hatia zetu. Baadhi ya waamini hufa na dhambi katika mioyo yao ambazo wamekataa kuzitubu au kuzikubali. Hii ilikuwa ni tatizo la Sedekia katika 2 Nyakati 36:11-12:

> *(11) Sedekia alikuwa na umri wa miaka ishirini na moja alipoanza kutawala katika Yerusalemu miaka kumi na mmoja. (12) Akafanya yaliyo mabaya machoni pa Bwana Mungu wake wala hakujinyenyekeza mbele ya Yeremia nabii aliponena kwa kinywa cha Bwana.*

Hakuna shaka Yeremia alimpa changamoto mfalme kuhusu dhambi zake. Licha ya ukweli kwamba Bwana alinena naye kupitia nabii, Mfalme Sedekia alibaki kuwa mgumu kwenye neno la Mungu na asingejisalimisha. 2 Nyakati 36:12 inatuambia kwamba" hakujinyenyekeza yeye mwenyewe." Unyenyekevu wa kweli hukubali hatia.

Unyenyekevu wa kweli hutambua huitaji

Kujinyenyekeza sisi wenyewe situ inamaana kutambua hatia lakini pia kutokuwa na uwezo wa kufanya na kuwa yote ambayo Mungu anayahitaji. Wakati Ezra anaitwa na Mungu kurudi kwa watu wake Israeli kujenga tena mji wa Yerusalemu na kurejesha ibada yake, alijihisi ni duni kwa kazi. Sikiliza kwa kile alichokisema katika Ezra 8:21:

> *Ndipo nikaamuru kufunga hapo penye mto Ahava ili tupate kujinyenyekeza mbele za Mungu na kutafuta kwake njia iliyonyooka kwa ajili yetu sisi wenyewe na kwa ajili ya watoto wetu na kwa mali yetu yote.*

Ikiwa Ezra alianzisha hii tukio hili kubwa, aliweka pembeni kujitegemea na kujisifu. Alikuja kwa Mungu kumsihi ampe rehema, nguvu, hekima na ulinzi. Alitambua kwamba nguvu na busara za kibinadamu zisingeliweza kuleta ushindi na hivyo alichagua kuamini katika Bwana na nguvu zake pakee. Angelitembea kama Mungu alivyomuelekeza. Angeliamini katika kupewa na Bwana.

Mtunga zaburi aliwakumbusha wasomaji wake kwamba Bwana huwafundisha wale walio wanyenyekevu. Anaandika katika zaburi 25:9 anasema:

Wenye upole atawaongoza katika hukumu wenye upole atawafundisha njia yake.

Hii siyo sababu kwa watu wanaojisifu. Watu wanaojisifu huaamini anaweza kufanya kazi Bwana aliyomuitia yeye kufanya. Haamini katika nguvu ya Bwana lakini hutumika katika uwezo wake wa kibinadamu. Huwa hasubiri katika muongozo wa Bwana lakini hutegemea juu ya mipango na ratiba zake mwenyewe. Huyu mtu hayuko wazi kufundishwa.

Mtu mnyenyekevu ni mmoja ambaye hufanya maamuzi ya hiari kumsikiliza Bwana. Husubirii katika muda wa Mungu na kufuata uongozi wa roho wake mtakatifu. Bwana hufurahi kumuongoza mtu wa aina hii. Ikiwa tukinyenyekeza sisi wenyewe kama Mungu anavyohitaji, lazima tuweke pembeni mawazo yetu wenyewe. Ni lazima tuache kuegemea katika nguvu na hekima yetu wenyewe. Ni lazima tuje kwa Mungu na moyo na akili ambayo ipo tayari kusikiliza kwa kile anataka kusema. Wakati anatukemea ni lazima tuwe tayari kukubali maonyo yake. Wakati anatuambia kujisalimisha kwa kile tulichokibeba, ni lazima tuwe tayari kujisalimisha. Unyenyekevu wa kweli hutambua na kuamini katika uweza wa Mungu kuongozwa zaidi kuliko huo wenyewe.

Kujinyenyekesha mtu mmoja yeye mwenyewe huhusisha mabadiliko ya moyo na mwelekeo. Unyenyekevu wa kweli uonaonekana katika matendo ya fahili na huruma. Sikiliza kwa kile Bwana anawaambia watu wake katika Isaya 58:4-7:

Tazama ninyi mnafunga mpate kushindana na kugombana na kupiga kwa ngumi ya uovu Hamfungi siku hii ya leo hata kuisikizisha sauti yenu juu. 5Je! Kufunga namna hii ni saumu niliyoichagua mimi je ni siku ya mtu kujitaabisha nafsi yake ni kuinama kichwa kama unyasi na kutanda nguo za magunia na majivu chini yake je utasema ni siku ya kufunga nay a kukubaliwa na Bwana. 6 Je saumu niliyoichagua siyo ya namna hii kufungua vifungo vya uovu kuzilegeza kamba za nira kuwaacha huru walioonewa na kwamba mvunje kila nira. 7 Je siyo kuwagawia wenye njaa chakula chako na kuwaleta masikini waliotupwa nje nyum, bani kwako umwonapo mtu aliye uchi umvike nguo wala usijifiche na mtu mwenye damu moja nawe.

Mungu anawakemea wale ambao wanafanya maonyesho ya unyenyekevu katika Isaya 58:4-7. Anawaambia kwamba jaribio la unyenyekevu wa kweli ilikuwa ni katika huruma na kujihusisha kwa wale ambao wapo kwenye uhitaji. Mtu mnyenyekevu wa kweli hatazami katika yeye mwenyewe. Huutoa muda na nguvu zake kwa wale wanaomzunguka yeye. Huona uhitaji wake na yuko tayari kufanya yote angeliweza kufanya kuwahudumia wao katika maumivu yao. Huzingatia uhitaji wao kama kuwa muhimu zaidi kuliko yeye mwenyewe (tazama Wafilipi 2:3).

MAOMBI

Bwana alimwambia Sulemani kwamba watu wake wakinyenyekea wao wenyewe na kuomba. Ni lazima tuone maombi yanahitajika hapa katika muktadha wa kujinyenyekeza sisi wenyewe. Maombi Mungu anayoyahitaji ni maombi ya kukiri, utambuzi wa uhitaji na huruma.

Yesu alisimulia kisa chaa watu wawili walioenda katika hekalu kuomba katika Luka 18:10-14. Wote kati yao waliomba.

Mfarisayo alikuwa wa kwanza kuomba. Katika maombi yake alimkumbusha Mungu mambo yote mema aliyoyafanya. Alimshukru Mungu kwamba hakuwa kama watu wengine waliopotea katika dhambi zao. Maombi yake yalikuwa ni maombi ya kujisifu. Katika hayo alishindwa kutambua kutenda dhambi kwake mwenyewe na kumhitaji Mungu.

Mtu wa pili alikuwa ni mtoza ushuru. Mtoza ushuru alikuwa anadharauliwa kwa tamaduni zao kwa siku hizo. Kila mara walitengeneza pesa zao kwa kubadilisha zaidi na kuweka mzigo mkubwa kwa wale waliokuwa wakikusanya kutoka kwao. Huyu mtu alikuja kwa Mungu akitambua hatia yake. Alimwambia Mungu kwamba alikuwa mwenye dhambi. Alihuzunika juu ya ukweli kwamba amemchukiza na kufanya dhambi kinyume cha Mungu na watu wake.

Yesu aliwaambia wasikilizaji wake kwamba Mungu alikisikia maombi ya huyu mtoza ushuru na akahitimisha na changamoto ifuatayo:

Kwa maana kila ajikwezaye atadhiliwa na ye ajidhiliye atakwezwa. (Luka 18:14)

Mungu anawasihi watu wake kujinyenyekeza wao wenyewe na kuomba. Ikiwa tukiomba maombi ambayo Mungu anayahitaji hapa katika mkutadha wa kile tulichojifunza kuhusu unyenyekevu. Acha tuzingatie hili kwa kifupi.

Aina ya maombi Mungu anayosema kwayo katika muktadha huu siyo tu maombi ya Mfalisayo ambaye anasimama kwa ujasiri katika kanisa akiangalia chini juu ya wenye dhambi uko nje. Ni namna gani ni rahisi kwetu kuomba kama hivi. Tunaweza kuhisi vizuri na safi katika kingo za makanisa yetu, kuwa vipofu kwa hatia zetu wenyewe. Siyo maombi ya mmoja ambaye analaumu hali ya ulimwengu juu ya watu wengine, bali kwa yeye mwenyewe ambaye anamuomba Mungu awasamehe unafiki na kushindwa kwa moyo wake mwenyewe kuwa mfano anaohitajika kuwa. Maombi Mungu anayoitia kwayo ni maombi ya mtoza ushuru ambaye, amejinyenyekeza yeye mwenyewe, ametambua hatia yake na kuja kusafishwa na Mungu wake.

Maombi Mungu anayoyahitaji ni maombi ya kutubu. Ni maombi ya waamini wanaofahamu kwamba kukosekena kwa baraka ni, sehemu, ya matokeo ya dhambi zao wenyewe. Ni maombi ya mkristo ambaye amekuja kufahamu kwamba amemuangusha Mungu na hakutembea kikamilifu katika njia yake. Hakutumia kipawa chake kuleta mibaraka Mungu anayotamani katika ulimwengu kumzunguka yeye. Si kila mara amekuwa mfano wa kristo na mwangaza katika giza. Amepoteza rasilimali zake na kuzika kipawa chake, ameonyesha matunda kidogo kwa bwana aliyewekeza katika maisha yake.

Maombi Mungu anayoyahitaji ni kulilia msaada. Si maombi ya kujisifu ya mtu mmoja anayeamini anachokila kitu chini ya utawala. Hata hivyo ni sala ya Ezra ambaye alitambua kwamba bila ya uongozi wa Mungu na msaada asingeliweza kukamilisha kusudi la Mungu. Haya ni maombi ya mmoja ambaye ametambua mahitaji yake. Ni maombi ya kuongozwa, hekima na nguvu.

Hatimaye, maombi haya pia ni maombi ya huruma na rehema. Hili ni ombi la ujasiri kutoka kwa mtu aliyemuangusha bwana wake, lakini ni kilio cha moyo wake. Mtu mnyenyekevu anafahamu kwamba Mungu anahaki ya kuondoa baraka hizi, katika sehemu, kwa sababu ya dhambi zake mwenyewe, Pia anatambua, vyovyote, kwamba Mungu ni Mungu wa rehema na huruma ambaye husamehe dhambi na kurejesha baraka zake kwa wale waliotubu na kurudi kwake. Hiki ni kilio cha mtu mwenye moyo wa unyenyekevu. Anatamani kuwa chombo cha baraka za Mungu na uponya tena. Kwa hili kuchukua nafasi ni lazima arejeshe ushirika na Mungu wake. Husihi kwa Mungu kurejesha ambacho dhambi zake ilimekiharibu.

Katika kifungu hiki, lengo linabaki kwa waamini. Ni muamini ambaye anatakiwa kunyenyekea na kuomba yeye mwenyewe. Hili linahitaji utambuzi wa hatia na uhitaji. Ikiwa tutapata upya na urejesho wa baraka, ni lazima iwe katika muktadha huu wa kukubali hatia, kukiri dhambi na kunyenyekea tukisihi rehema na huruma kurejeshwa tena kama watumwa waaminifu na wazaao matunda kwa bwana.

Cha Kuzingatia:

Tunajifunza nini kuhusu unyenyekevu katika sura hii? Wewe ni mtu mnyenyekevu?

Kuna muunganiko gani kati unyenyekevu na maombi katika kifungu hiki?

Ni maombi ya namna gani ya Mfarisayo katika Luka 18:10-14 tofauti kutoka maombi ya mtoza ushuru? Umewahi kuwa na hatia ya kuomba maombi ya Mfarisayo?

Ni namna gani maombi yako na aina ya maisha yako yanaakisi kwamba unaamini katika uweza na uongozi wa Mungu?

Tunajifunza nini katika sura hii kuhusu huruma ya Mungu kuwaelekea wale ambao wanajinyenyekeza wao wenyewe na kuja kwake?

Kwa Maombi:

Muombe Bwana akusaidie wewe kuona hatia yako na kumhitaji yeye katika njia kubwa. Muombe yeye akusamehe kwa upofu wako kwenye uhitaji wako mwenyewe.

Chukua muda kukiri kushindwa na dhambi zako kwa Mungu. Muombe akusamehe na kukurejesha katika ushirika wa ndani na yeye.

Muombe Mungu akuonyeshe namna anvyohitaji kukutumia wewe. Muombe yeye kwa imani zaidi na ujasiri katika kusudi lake kwenye maisha yako.

5

KUUTAFUTA USO WA MUNGU

Ikiwa watu wangu walioitwa kwa jina langu... kunitafuta uso na kuacha njia zao mbaya. (2 Nyakati 7:14)

Tunawatofutisha namna gani watu kati ya mtu mmoja na mwingine? Kila mtu anasura ya kipekee. Hii inatutenga mbali kutoka kwa watu wengine wote. Tunawafahamu watu kwa sura zao. Sura ni muhimu zaidi kuliko maana ya kumtambua mtu, vyovyote. Pia inawakilisha sifa ya mtu binafsi. Wakati tukiona sura ya mpendwa mmoja, tunafikri mara kwa kile huyo mtu alivyo na maana kwetu. Ikiwa tumeona sura ya adui, tunakumbuka namna gani wametuumiza sisi. Ikiwa tumekuwa tunaona sura ya mtu fulani katika mamlaka, tunatambua nafasi yake na kuitikia sawasawa.

Tumeiona dhana hii katika Kutoka 33. Wakati Musa anamuuliza Mungu kumuonesha utukufu wake, Mungu alimwambia kwamba hakuna mtu angeliona uso wake ana kwa ana. Nukuu uhusiano kati ya sura ya Mungu na sifa ya utukufu.

(18)Akasema nakusihi unionyeshe uso wako.(19) Akasema nitapitisha wema wangu wote mbele yako nami nitalitangaza jina la BWANA mbele yako nami nitamfadhili yeye nitakayemfadhili nitamrehemu yeye nitakaye mrehemu. (20)

Kisha akasema huwezi kuniona uso wangu maana mwanadamu hataniona akaishi. (Kutoka 33:18-20)

Wakati Mungu anamwambia Musa kwamba hakuna mmoja angeliona uso wake na akaishi, alikuwa anamwambia kitu kuhusu sifa yake. Alikuwa anamwambia Musa kwamba uso wake unahusiana na utukufu wa Mungu. Enzi yake ilikuwa ni zaidi kuliko macho yetu yangeliweza kubeba. Utakatifu wake ungelituharibu sisi kama viumbe wenye dhambi. Kuutafuta uso wa Mungu siyo kitu cha kuchukua kiwepesi.

Yakobo alielewa hili wakati Mungu anaongea naye katika Mwanzo 32:30. Alipata mshituko kwamba alikuwa bado anaishi kusimulia kisa:

Yakobo akaipaita mahali pale, Penueli, maana alisema" nimeonana na Mungu uso kwa uso, na nafsi yangu imeokoka."

Mtume Yohana anatuambia kwamba mwitikio gani wa watu katika dunia utakuwa wakati Bwana akirudi katika dunia hii:

(15) Na wafalme wa dunia na wakuu na majemedari na matajiri na wenye nguvu na kila mtumwa na mwungwana wakajificha katika pango na chini ya miamba ya milima. (16) Wakiiambia milima na miamba" tuangukieni tusitirini mbele za uso wake yeye aketiye juu ya kiti cha enzi na hasira ya mwanakondoo!. (17) Kwa maana siku iliyokuu ya hasira yao imekuja naye ni nani awezaye kusimama." (Ufunuo 6:15-17)

Nukuu hasa kwamba kilio cha wasioamini kwa miamba kuwaficha wao kutoka" uso wake yeye aketiye juu ya kiti cha enzi." Kuutafuta uso wa Bwana ni jambo zito sana. Mungu ni Mungu mtakatifu. Atahukumu dhambi na kuwafichua wanafiki. Ikiwa unamuomba yeye kuangaza mwanga wa uso wake kwako au kanisa lako kuwa vizuri kuwa tayari kwa kile mwanga wa utakatifu utafichua. Watu wengi wakubwa wanaume na wanawake wa Mungu wameanguka mbele yetu wamevunjika mbele za mwanga wa uso wake. Dhambi ilifichuliwa hakujua kuwepo. Mtazamo uliibuliwa walihisi wamekuwa wafu kwa muda. Kusimama katika mwanga wa uso wake, tunaona sisi wenyewe kwa uhalisia sisi ni kina nani na tulipata aibu na kunyenyekea. Acha tuchukue muda sasa kuzingatia kile maandiko yanatufundisha kuhusu uso wa Mungu.

KUUTAFUTA USO WA MUNGU INAHITAJI KURUDI KUTOKA DHAMBINI

Moja ya mafundisho wazi ya maandiko kwa kuzingatia uso wa Mungu ni kwamba Mungu huficha uso wake kutoka kwa wale wanaoendelea katika dhambi. Sikiliza kile Bwana alisema katika Mambo ya walawi 17:10:

Kisha mtu awaye yote wa nyumba ya Israeli au miongoni mwa wageni wanaokaa kati yao atakayekula damu ya aina yoyote nitakunja uso wangu juu ya mtu huyo alaye damu nami nitamkatilia mbali na watu wake.

Ilikuwa ni dhambi Kwa Israeli kula damu ya mnyama hilo ilikuwa ni uuaji. Mungu aliazimia kwamba angeliuficha uso wake dhidi ya mtu yoyote wanaonajisi miili yao kwa njia hii.

Nabii Mika alielezea sawa wakati anaandika katika Mika 3:4:

Ndipo watakapomwomba BWANA asiwaitikie naama atawaficha uso wake wakati huo kwa kadri walivyotenda mabaya kwa matendo yao.

Nukuu sababu ya Mungu kuuficha uso wake. Ni kwa sababu ya uovu wa watu wake waliyonia.

Anaongea na watu wake katika Kumbukumbu 32:20 Mungu anasema:

"Akasema nitawaficha uso wangu" nitaona "mwisho wao utakuwaje maana ni kizazi cha ukaidi mwingi."

Ukaidi na kutokuwa waaminifu wa watoto wa Mungu inamsababisha yeye kuuficha uso wake kutoka kwa Israeli.

Dhambi na uovu hututenga sisi na Mungu sababu ni mtakatifu. Ikiwa tunataka kuutafuta uso wa Mungu, tunatakiwa kwanza kushughulika na dhambi. Bwana aliwaambia watu wake katika Hosea 5:15 kwamba angeliuondoa uwepo wake hadi wakili hatia yao na kuutaka uso wake.

Nitakwenda zangu niparudie mahali pangu hata watakapoungama makosa yao na kunitafuta uso wangu katika taabu yao watanitafuta kwa bidii.

Nukuu muunganiko kati ya kukiri hatia na kuutafuta uso wa Mungu. Hatutegemei uso wa Mungu kung'aa juu yetu hadi kizuizi cha dhambi kiwe kimeondolewa.

Katika historia yote ya kanisa, mwanamke na mwanaume wa imani walimtaka Bwana katika njia tofauti. Waliutafuta uso wa Bwana kupitia kuabudu, maombi, huduma na sadaka. Vitu hivi ni muhimu lakini hakuna kimoja wapo hatimaye, kinaweza kuonyesha uso wa Mungu kwetu isipokuwa tumeshughulika kwanza na dhambi. Yesu alimwambia mtu aliyeleta matoleo hekaluni katika Mthayo 5:23 kwanza aende akapatane na ndugu yake. Asingeliweza kuutafuta uso wa Mungu katika kuabudu hadi ashughulike na dhambi yake kwa ndugu yake. Mungu anamwambia mme ambaye hamtendei mema mke wake kwa heshima katika Petro 3:7 kwamba angelizuia maombi yake kwa namna alivyomtendea mke wake. Wakati wale ambao wanatumika kwa nguvu kupitia unabii, ishara na maajabu walimkaribia Bwana Mathayo 7:22-23, aliwaambia kwamba hawafahamu wao. Walikuwa hawajashughulika na dhambi zao. Kwa Sauli, ambaye ametoa sadaka yake ya kondoo juu ya madhabahu, Bwana alisema:" utii ni bora kuliko dhabihu"(1Samweli 15:22). Sauli asingeliupata uso wa Mungu katika sadaka yake sababu alifanya dhambi katika maisha yake. Ikiwa tunaenda kuutafuta uso wa Bwana, ni lazima kwanza tushughulike na dhambi.

Ikiwa unapitia ukame katika maisha yako ya kiroho au ikiwa inaonekana kwamba uso wa Bwana umefichwa kutoka kanisa lako, kisha kitu cha kwanza unachohitaji kufanya ni kuzingatia kile ambacho kinaweka uso wake kuacha kuangaza kwako. Sehemu ya kutazama ni katika moyo wako.

KUUTAFUTA USO WAKE INAMAANISHA KUWA NA HAMU YA UWEPO WAKE NA BARAKA.

Ni wazi kabisa katika maandiko kwamba wakati Mungu anaficha uso kuna ushahidi wa hili katikati yetu. Nukuu kile Bwana anasema katika kumbukumbu 31:17-18:

Ndipo hasira yangu itakapokuwa juu yao siku hiyo nami nitawaacha nitawaficha uso wangu nao wataliwa tena watawajiliwa na mambo maovu mengi na mashaka hata waseme siku hiyo je kujiliwa kwetu na maovu haya si kwa Mungu wetu hayumo kati yetu? 18 Nami nitawaficha uso wangu kwa kweli siku hiyo kwa maovu yote waliyoyafanya kwa kuigeukia hiyo miungu mingine.

Anaongea katika Yeremia 33:5 Bwana anasema:

Lakini ni kuzijaza kwa mizoga ya watu niliowauwa katika hasira yangu na ghadhabu yangu ambao kwa ajili ya uovu wao wote nimeuficha mji huu uso wangu.

Wakati Mungu akiugeuza uso wake kutoka kwetu, tunaliona hilo katika kanisa na nchi yetu. Nchi huomboleza. Dhambi na uovu umejaa. Katika makanisa yetu, ugomvi na ukosefu wa baraka ni ushahidi. Tunda la roho mtakatifu huonekana kuwa limekosekana. Kuutafuta uso wa Mungu ni kulilia kwa upya hizo baraka. Ni kutambulisha hali zetu bila Mungu. Ni kuona jinsi tulivyo wapotevu na wasio na tumaini bila maisha yake kupita kupitia sisi. Wale ambao wanautafuta uso wake, muda mrefu kwa uwepo wake kuwa umedhihirika. Hawakuwa radhi kuishi bila kuwa na ushahidi uliowazi wa baraka zake. Kama Musa alipiga kelele:" Kama uwepo wako hautaenda pamoja nasi, usitupeleke sisi kutoka hapa" (Kutoka 33:15). Hawakuweza kubeba mawazo ya kuishi bila kuwa na baraka za Mungu katika maisha yao na huduma. Hawakuweza kufikri maisha bila kuwa na uwepo wake. Walikuwa na mtazamo wa mtunga zaburi katika Zaburi 42:1-3 wakati anaandika:

> *Kama ayala aioneavyo shauku mito ya maji vivyo hivyo nafsi yangu inaonekana shauku, ee Mungu. (2) Nafsi yangu inamwonea kiu Mungu, Mungu aliye hai lini nitakapokuja nionekane mbele za Mungu. (3) Machozi yangu yamekuwa chakula changu mchana na usiku pindi wanaponiambia mchana kutwa," yuko wapi Mungu wako."*

Sikiliza kwa kile Bwana alikuwa anasema kwa kanisa la Leudekia katika Ufunuo 3:20:

> *Tazama nasimama malangoni nabisha mtu akiisikia sauti yangu na kuufungua mlango nitaingia kwake nami nitakula pamoja naye na yeye pamoja nami.*

Uwepo wa Bwana hakuwa na kanisa la Laudekia. Hawakuutafuta uso wa Mungu. Kwa kweli, hawakuonekana hata kutambua kwamba hakuwa katikati yao. Bwana, ambaye angelikuwa na kiini cha tahadhari yao, alikuwa akibisha kwenye mlango akiwa na hamu ya kuingia ndani. Mara ngapi hili limekuwa likitokea kwenye makanisa yetu na maisha yetu leo kama waamini? Tumekuwa tukilenga sana juu ya shughuli zetu kwamba tunashindwa kuona kwamba Bwana hayupo. Kuutafuta uso wa Bwana ni kumualika yeye katika makanisa yetu na katika maisha yetu ya kila siku. Je! inakushangaza wewe kuwa nimesema hili? Siyo kusudi la Mungu kila mara kuwa katikati yetu? Maandiko yanatufundisha hapa kwamba hii siyo kila mara ni sababu. Wakati bado hajatuacha sisi, kila mara huacha mikutano na sherehe zetu. Kwa wakati uwepo wake huondolewa nje ya makanisa yetu. Kila mara hupuuzwa na njia zake hubezwa. Makanisa yetu na nchi yetu huteseka sana kama matokeo.

Habari njema ni kwamba Mungu yupo tayari kurejesha uwepo wake ikiwa tukirudi kwake na kuutafuta uso wake. Sikiliza katika ahadi yake katika Ezekieli 39:29:

Wala sitauficha uso wangu tena kwa maana nimemwaga roho yangu juu ya nyumba ya Israeli asema Bwana MUNGU.

Ni siku gani hiyo ya utukufu ingelikuwa. Mungu asingeliuficha uso wake kwa watu wake kwa muda mrefu. Siku ingelikuja ambayo angelimimina roho wake juu ya taifa la Israeli na wangeliufahamu tena uwepo wake wa kishangaza na baraka zake. Ni furaha yake kumimina kuburudiko na kufanywa upya kwa watoto wake. Ni matamanio yake kufanya uwepo wake kufahamika kwa wote ambao wanautafuta uso wake. Hili ni tamanio letu leo? Je tunahuzunika sababu uwepo wake haupo katikati yetu? Je tunapiga kelele kama Musa:" Ikiwa uwepo wako hautaenda nasi, usitupeleke kutoka hapa"(Kutoka 33:15)?

Wakati mwingine, ikiwa tuwaaminifu kwetu wenyewe, tu radhi na mambo jinsi yalivyo. Tunapenda kuwa katika kudhibiti maisha yetu wenyewe. Hatutaki kitu chochote kubadilika. Yesu anagonga mlango, lakini hatupo tayari kuufungua kumuacha yeye aingie. Wakati anakuja katika hekalu katika Yohana 2:13-14, Yesu alitengeneza mjeredi na kuwatoa nje wavunja fedha na wauza wanyama. Wakati unautafuta uso, uwepo wa Mungu na baraka zake, usichangazwe ikiwa ametoa nje vitu vichache kutoka kati yenu. Labda kuna watu wameacha kanisa lako. Labda dhambi imedhihirishwa katika maisha yako. Anaweza kubadilisha muelekeo wa kanisa lako na kuwaweka watu wasiwe huru. Wakati unautafuta uso wa Bwana na kuualika uwepo na baraka zake, ni lazima ujiandae kumuacha yeye achukue udhibiti.

KUUTAFUTA USO WA MUNGU NI KUTAFUTA MSAADA WAKE NA ULINZI

Katika Zaburi 69:17-18 mtunga zaburi anafanya uhusiano kati ya Mungu kuficha uso wake na uhitaji wa kuokoa kutoka kwa adui yake.

(17) Wala usinifiche uso wako mimi mtumishi wako maana mimi nimo taabuni unijibu upesi. (18)Uikaribie nafsi uikomboe kwa sababu ya adui zangu unifidie.

Mtunga zaburi anagundua kwamba maadamu Mungu anaficha uso wake, angelikuwa kwenye mahangaiko makubwa. Adui zake wangelimshinda yeye ikiwa Mungu asingelikuwepo kumsaidia. Alimhitaji Mungu aonyeshe uso wake na kumpa yeye msaada na uhitaji aliouhitaji.

Baadaye mtungaji wa zaburi anaandika:

Eee BWANA unijibu hima roho yangu imelegea usinifiche uso wako nisifanane na washukao shimoni. (8) Unifanye kusikia fadhili zako asubuhi kwa maana nimekutumaini wewe. Unijulishe njia nitakayoiendea kwa maana nakuinulia nafsi yangu. (143:7-8)

Nukuu kwamba mtunga zaburi aling'ang'ania kwa Mungu asiufiche uso wake kwake. Badala yake, aliomba udhibitisho wa pendo lake na kuongozwa katika njia apaswayo kwenda.

Kwa mtunga zaburi, kuutafuta uso wa Mungu alisema ni utambuzi wa udhaifu na kukosa uwezo kwake mwenyewe. Alikiri uhitaji wake wa nguvu na hekima. Anamuomba Mungu kumletea neno la upendo wake usioshindwa. Mtunga zaburi anakuja kwa Mungu kama mtoto mdogo anayetambua kwamba ikiwa Mungu hatakuja kwa msaada kwake, hakika angelipotea, ni kitu cha kuogofya kumuomba Mungu adhihirishe uso wake, lakini mtunga zaburi alifahamu kwamba hili lilikuwa ni tumaini lake la pekee. Alifika mwisho wa yeye mwenyewe. Hakuwa na ujasiri zaidi katika mwili na hekima yake mwenyewe. Aling'ang'ana na Mungu amuonyeshe njia ya kwenda na kuhaidi yeye mwenyewe kuifuata hiyo njia. Kulikuwa hakuna mfariji mwingine, hakuna hekima nyingine, hakuna nguvu nyingine ambayo ingemtosheleza. Mungu peke yake alikuwa jibu. Hakuna kitu kingine angefanya.

Hauwezi kuutafuta uso wa Mungu ikiwa unatafuta mambo mengine kwa wakati mmoja. Ikiwa unatafuta uso wa Mungu kwa hekima, unahitaji kurudi kutoka katika njia yako mwenyewe ya kufikri. Ikiwa unatafuta uso wa Mungu kwa nguvu, unahitaji kusitisha kuamini katika mwili wako. Vitu hivi vyote vinashindana tu na Mungu katika maisha yetu. Kuutafuta uso wa Mungu ni kutambua uhitaji wetu na kujitoa sisi wenyewe kusikiliza na kumfuata yeye mwenyewe.

KUUTAFUTA USO WA MUNGU NI KUTEMBEA KATIKA UTII.

Hii inatuleta sisi katika kitu moja cha kuhitimisha kwa kusema kuhusu kuutafuta uso wa Bwana. Kuutafuta uso wa Mungu ni kutembea katika utii. Mtunga zaburi alilipata hili wakati akisema katika Zaburi 119:57-59 :

> *Bwana ndiye aliye fungu langu nimesema kwamba nitayatii maneno yake. (58) Nimekuomba radhi kwa moyo wangu wote unifadhili sawasawa na ahadi yako (59) Nalizitafakari njia zangu na miguu yangu nalizielekezea shuhuda zako.*

Mtunga zaburi anatuambia kwamba aliomba radhi uso wa Bwana. Kile cha muhimu kunukuu hapa ni namna ya kauli hii kuhusu kuutafuta uso wa Mungu ipo katika vifungu viwili imbavyo vinazungumza kutembea katika utii. Katika kifungu cha 57 mtunga zaburi anahaidi kutii maneno ya Mungu. Katika kifungu 59 anasema kwamba anazitafakari njia zake na kuelekeza hatua zake kwenye shuhuda za Mungu. Kwa mtunga zaburi, kuutafuta uso wa Mungu kuonyesha utii kwa neno lake.

Kuutafuta uso wa Bwana inahusisha kujitoa. Hakuna mmoja anaweza kuutafuta uso wa Mungu bila kuwa na ahadi hii. Kuutafuta uso wa Bwana ni kujitoa sisi wenyewe kutembea katika utii. Hii inahitaji" kuzitafakari njia zetu" na" kuzirejesha hatua zetu"(Zaburi 119:59). Wakati Mungu anaonyesha uwepo wake huja kubadilisha maisha yetu. Huja kuondoa vikwazo katika ushirika na baraka. Haikuwa kipimo cha muda mfupi kwa muda wa mgogoro. Hutubadili sisi milele na inahitaji muda mrefu wa ahadi ya maisha kufanya ushirika na utii.

Kuutafuta uso wa Mungu siyo tu jambo la kuomba na kuangalia Mungu akijaza maisha yetu na mambo mema. Kuutafuta uso wake inahitaji mabadiliko makubwa. Baadhi ya haya mabadiliko yataumiza. Baadhi yetu tutanyenyekea. Dhambi zitawekwa wazi. Kujitoa kunahitaji kufanyika. Kuutafuta uso wa Mungu ni lazima turudi kutoka njia zetu za uovu.

Cha Kuzingatia:

Kuutafuta uso wa Mungu ni jambo rahisi la kuacha Bwana atubariki sisi?Nini kinahitajika kutokea kabla hili kuwezekana?

Nini hutokea wakati Mungu akiangaza uso wake kwetu? Je ni nini uso wake unaonyesha?

Nini kinahitajika kuwa ni kujitoa kwa wale ambao wanautafuta uso wa Bwana?

Kuna muunganiko gani kati ya kutoka katika njia zetu za uovu na kuutafuta uso wa Bwana?

Kwa Maombi:

Muombe Bwana afichue vile vitu katika maisha yako unavyohitaji kusema ili kwamba uso wake uangaze kikamilifu zaidi kwako.

Mshukru Bwana kwamba anahitaji kujionyesha yeye mwenyewe kwetu kwa njia ya ndani zaidi.

Muombe Bwana akufanye wewe tayari zaidi kuona dhambi kama anavyoiona.

Muombe Mungu akuongoze wewe katika njia anayotaka wewe kwenda. Omba katika ukamilifu wa baraka zetu kama unvyojiweka katika utiifu.

6
KISHA NITASIKIA KUTOKA MBINGUNI

Kisha nitasikia kutoka mbinguni (2 Nyakati 7:14)

Acha tuchukue muda kuzingatia kile tumekiona kufikia hapa kwenye hili somo la 2 Nyakati 7:13-14. Kifungu 13 kinaonyesha tatizo.

Nikizifunga mbingu isiwe mvua tena nikiamuru nzige kula nchi au nikiwapelekea watu wangu tauni,

Baraka za Mungu zilikuwa zimezuiliwa sababu ya dhambi, na watu wake hawakupata uwepo wake na kuburudika. Nchi yao ilikuwa imeharibiwa na ukosefu wa mvua, nzige na tauni.

Kama tunavyosogea katika 2 Nyakati 7:14a tunaona utatuzi wa Mungu katika tatizo hili:

Ikiwa watu wangu walioitwa kwa jina langu watajinyenyekesha na kuomba na kunitafuta uso na kuziacha njia zao mbaya

Ikiwa watu wa Mungu wanataka kuona urejesho wa baraka na uponyaji wa nchi yao wanahitaji kujinyenyekeza wao wenyewe na kuomba. Pia wanahitaji kutafuta uso wa Mungu na kugeuka kutoka njia zao zote za uovu.

Sehemu ya pili ya 2 Nyakati 7:14 inaongea kuhusu mwitikio wa Mungu wakati watu wakifata ufumbuzi wa tatizo lao. Ni muhimu kwamba tunanukuu kwamba ufumbuzi na mwitikio wa Mungu vinahusiana. Sehemu ya kwanza na ya pili ya kifungu cha 14 vinahusiana kwa maneno" ikiwa" na" kisha". Ikiwa watu wa Mungu wakifata ufumbuzi wake kwa tatizo, kisha wangelifahamu majibu mazuri. Uhusiano kati ya maneno" ikiwa" na" kisha" ni muhimu zaidi na hutufundisha sisi somo muhimu sana katika maisha yetu ya kikristo.

Neno" ikiwa" linatoa wajibu kwa watu wa Mungu. Katika swala hili, wakinyenyekeza wao wenyewe, kuomba, na kuutafuta uso wa Mungu na kurudi kutoka njia zao mbaya. Kama tulivyoona, hii inahitaji juhudi kubwa. Neno" kisha", vyovyote, inatuonyesha sisi kwamba kungelikuwa na zawadi kwa hii juhudi. Baraka za watu wa Mungu, katika swala hili, inategemea katika utayari kufuata ufumbuzi wa Mungu aliopendekeza. Ikiwa watakuwa tayari kumtii Mungu na kukubali ufumbuzi wake, kisha wangelikuwa na uhakika kwamba Mungu angeliwajibu na kuleta upya wake na bulidiko walilolihitaji.

Changamoto tuliyonayo kama waamini ni kuelewa uwiano kati ya neema na wajibu. Kama waamini katika Bwana Yesu Kristo tunaelewa kwamba ukombozi wetu ni jambo la neema. Kwa maneno mengine, hatukustahili kuwa tumesamehewa dhambi zetu. Tusingeliweza kustahiri wokovu Mungu anaoutoa. Ukombozi ni zawadi ya bure kwa wenye dhambi wasio na thamani.

Wote tunafahamu kwamba Bwana huwa anafanya baadhi ya vitu vya ajabu katika maisha yetu. Kama nikitazama kwa namna Bwana akiwa ananibadilisha kwa miaka mingi, nimeuona mkono wake katika yote. Amekuwa akiondoa mitazamo hasi ndani yangu. Amebadilisha tabia yangu kwa miaka mingi kwa hivyo ninamwitikio kwa njia takatifu zaidi kwa watu na hali mbalimbali. Siwezi kuwa na mashaka na kazi ya Mungu katika maisha yangu na jinsi alivyokuwa neema kuniweka mimi zaidi katika sura ya kristo.

Nina fahamu pia jinsi Mungu anawatumia watu wasio na thamani zaidi kukamilisha kusudi lake. Yona alikimbia mbali kutoka kwa Mungu, bado alitumika kuleta toba kwa mji mzima kule Ninawi. Mwanamke msamalia aliishi maisha ya dhambi lakini alikuwa akitumiwa na Mungu kuwaleta Wasamaria kwa kristo (soma Yohana 4:4-42). Petro alimkanusha Bwana mara tatu lakini alikuwa chombo kilichochaguliwa cha Mungu kuanzisha kanisa lake. Mifano yote hii ni vielezo vya Mungu vya neema ya ajabu. Kila mara hututumia sisi licha ya udhaifu wetu.

Nilikuwa nasema hili, nina tambua pia kuwa kwamba ninawajibu wa moja kwa moja kwa Mungu na kwamba mtazamo wangu au utayari kutii utakuwa na matokeo katika sifa yangu na kuzaa matunda katika huduma. Ninaamini kwamba kuna viwango hatuwezi kuvifikia katika maisha yetu ya kiroho bila kuwa na utii na juhudi. Kuna mfano wa kushangaza wa hili katika Luka 24:13-32. Hapa tuna historia ya Yesu akitembea barabarani kuelekea Emmausi na baadhi ya wanafunzi wake. Hawa wanafunzi hawakumtambua yeye kama walivyokuwa wanamuongelea kuhusu kusulubiwa kwa muda mfupi kwa Bwana wao. Walishirikishana wazi kutokuelewa kwao na Yesu aliwatia moyo kwa maneno ya Mungu. Kitu kisicho cha kawaida kikatokea kwa hawa wanafunzi katika hatima yao. Sikiliza Luka 24:28:

> *Wakakikaribia kile kile kijiji walichokuwa wakienda naye alifanya kama anataka kuendelea mbele wakamsihi wakisema" kaa pamoja nasi kwa kuwa kumekuchwa; na mchana unakwisha."* akaingia ndani kukaa nao.

Nukuu kwamba Bwana Yesu" alifanya kama kwamba alikuwa anaendelea mbele." Hii inatuongoza sisi kuamini kwamba kama isingekuwa kwa juhudi za wanafunzi wake ambo" walibishana kikali" abaki na wao, angeliendelea na kuwaacha warudi nyumbani wao wenyewe.

Matokeo ya mabishano yao makali, vyovyote, ilikuwa kwamba kuja kumuona Kristo yeye ni nani. Ilikuwa ni baada tu walimleta kwenye nyumba yao, kwamba Yesu alionyesha utambulisho wake halisi kwa hao wanafunzi. Maswali yao kuhusu kusulubiwa yalijibiwa wakati walipomtambua yeye kama Bwana Yesu ambaye amekuja katika uzima tena.

Wakati wote mara zote turadhi kwa kidogo katika maisha yetu ya kiroho. Wakati baraka za Mungu zinaangukia hata juu ya pasipo utakatifu (ona Mathayo 5:45) kuna baadhi ya baraka ambazo zinaweza kuwa zetu kupitia uvumilivu na utii shupavu kwa Mungu.

Agano jipya linatufundisha kwamba tutazawadiwa kulingana na uaminifu wetu. Anaongea kupitia mtume Yohana, Bwana Yesu anasema:

Tazama naja upesi na ujira wamgu u pamoja nami kumlipa kila mtu kama kazi yake ilivyo. (Ufunuo 22:12)

Kitabu cha ufunuo kinatuambia kuhusu taji ambalo wale waliovumilia watalipata kwa uaminifu wao na uvumilivu katika imani (Ona ufunuo 2:10; 3:11). Hii inaashiria kwamba wakati Bwana, katika neema, anaweza hakika kubariki hata wale ambao hawastahili baraka zake, kuna kiwango cha baraka pia ambayo inakuja tu kupitia kufanya kazi kwa bidii na uvumilivu.

Labda kifungu ambacho kinaongea zaidi wazi kuhusu hili ni kinapatikana katika 1 Wakoritho 3:10-15:

(10) Kwa kadri ya neema ya Mungu niliyopewa mimi kama mkuu wa wajenzi mwenye hekima naliuweka msingi na mtu mwingine anajenga juu yake lakini mtu na aangalie jinsi anavyojenga juu yake. (11) Maana msingi mwingine hakuna mtu awezaye kuuweka isipokuwa na ule uliokwisha kuwekwa yaani Yesu kristo. (12) Lakini kama mtu akijenga juu ya msingi huo dhahabu au fedha au mawe ya thamani au miti au majani au manyasi kazi ya kila mtu itakuwa dhahiri.(13) Maana siku ile itaidhihirisha kwa kuwa yafunuliwa katika moto na ule

*moto wenyewe utaijaribu kazi ya kila mtu ni ya namna gani.
(14) Kazi ya mtu aliyoijenga juu yake ikikaa atapata thawabu.
(15) Kazi ya mtu ikiteketea atapata hasara ila yeye mwenyewe ataokolewa lakini ni kama kwa moto.*

Paulo anayafananisha maisha ya kikristo na nyumba inayojengwa. Nukuu kwamba msingi tayari umekwisha umewekwa kwa ajili yetu (1 Wakoritho 3:11). Msingi huo ni neema ya kazi ya Kristo. Nukuu pia kwamba sasa kuna mahitaji ya kujenga kwenye huo msingi. Tunaweza kujenga na aina mbalimbali ya nyenzo. Baadhi ya nyenzo hayatasimama siku ya hukumu. Nyenzo nyingine hazitaweza kustamihili moto na kujaribiwa kwa ubora wa kazi yetu (1Wakoritho 3:12). 1Wakoritho 3:14 inaweka wazi kabisa kwamba ikiwa tutajenga itakayostahimili moto wa hukumu ya Mungu, tutapokea zawadi. Kama sivyo, wakati tukiwa tumeokolewa, itakuwa tu" kama mmoja aliyeepuka kupita katika moto." Kwa maneno mengine, tutakuwa hatuna kitu kuleta kwa Mungu kwa maisha tulioishi katika dunia hii. Tutasimama tukiwa watupu na wenye aibu mbele ya baba yetu wa mbinguni na kutopokea zawadi.

Mwitikio wetu kwa Mungu utatoa matokeo ya umbo na rangi ya maisha yetu ya kiroho. Tunaweza kuwa waaminifu katika kutumia vipawa vyetu vya kiroho na kuona baraka ya Mungu au tunaweza kuzificha hivyo vipawa na kutokuona hizo baraka. Tunaweza kusogea katika wito wa Mungu kwa maisha yetu au tunaweza kuchagua kutokutii na kutopata kile Mungu anataka kwa maisha yetu. Tunaweza kusimama imara au tunaweza kurudi nyuma. Si kila mara Mungu anaweza kutulazimisha sisi kutii. Wakati akiwa awezi kutuacha sisi, anaweza akaturuhusu tukaenda katika njia zetu wenyewe kwa kipindi cha muda fulani. Kuna waamini ambao wamekufa katika kuasi kinyume cha Mungu. Wengine watachagua njia zao wenyewe na kukataa wito wa Mungu katika maisha yao.

Tunahitaji kufahamu ni kwamba 2 Nyakati 7:14 inatuambia kwamba kuna uchaguzi wa hiari ambao watu wa Mungu wanahitaji kufanya. Maamuzi yao yangelikuwa na matokeo katika umbo la maisha yao. Wangelikataa baraka za Mungu au wangelisalimisha katika ufumbuzi wake na kupata msamaha na uponyaji wake.

Tuna ahadi katika 2 Nyakati 7:14 kutoka kwa Mungu. Hapa anawaambia watu wake kwamba angeliwasikia wao. Ni muhimu kunukuu kwamba tunasikia sauti kwa masikio yetu ya nyama. Mungu hasikii katika njia sawa. Ni kweli kwamba Mungu husikia sauti ya maneno yetu lakini tunakosa jambo muhimu ikiwa tunatafsiri hivyo kifungu hicho. Muktadha unaonyesha kwamba Mungu husikia zaidi kuliko maneno. Husikia mtazamo wetu wakati tukinyenyekeza sisi wenyewe na kuutafuta uso wake kwa moyo wetu wote. Husikia matendo yetu watu tunarudi kutoka njia zetu za uovu. Kusikia kwa Mungu hakuna mipaka kutoa sauti kutoka katika midomo yetu. Anasikia katika njia ambayo hatuwezi kusika. Kwa kweli, baadhi ya maombi ya nguvu hayatengenezwi hata kwa maneno. Mara nyingine maneno hayajitoshelezi kuelezea ukamilifu wa kile kilicho katika moyo. Mungu husikia huko kuvunjika kwa moyo wetu. Husikia matendo yetu ya toba. Husikia hamu ya mioyo yetu ambayo haiwezi kuelezeka katika maneno. Mungu havutiwi na maneno tu. Huvutiwa katika mitazamo na matendo. Hiki ndicho Mungu anasema atasikia, na wakati anasikia mioyo iliyovunjika ikipiga kelele katika unyenyekevu na matendo, alituhaidi kujibu.

Hakuna tena undani zaidi tunaohitaji kuuona katika sehemu ya kifungu hiki cha 14. Nukuu kwamba Bwana anasema kwamba angelisika kutoka mbinguni. Hii ni muhimu. Kuna njia tatu tungelielewa hili. Kwanza, Mungu husikia kutoka mbinguni ni kwamba hapa ni pale anakaa. Wakati hii ni, katika sehemu, kifungu kinasema nini, kuna hisia za ndani katika kifungu" kutoka mbinguni."

Njia ya mbinguni haiwezi kupewa changamoto. Wakati kifungu kinatuambia kwamba Mungu husikia kutoka mbinguni, hutupa utawala mkubwa katika ahadi hii ya Mungu. Maombi yetu ya maneno, mtazamo na matendo yamemfikia Mungu mbinguni. Ni sasa katika mikono ya mmoja ambaye anayo mamlaka kamili. Amesikia maombi yetu na amehaidi kuchukua hatua kutoka katika kiti chake cha mamlaka. Hakuna kitu kinaweza kusimama katika njia yake. Hakuna jambo lisilowezekana kwake. Asili lazima imsikilize. Maadui lazima wanyamaze. Miujiza inaweza kutokea kwa sababu Mungu mwenye mamlaka na nguvu sasa amesimama kutoka kwenye mamlaka yake mbinguni na kuja kutusaidia sisi.

Kifungu" kutoka mbinguni" siyo tu inatupa mamlaka katika mahitaji yetu lakini pia inatuambia sisi kuhusu asili ya baraka ambayo ni matokeo ya maombi yetu. Maombi yamesikiwa mbinguni. Hii inamaanisha kwamba mwitikio kwa mahitaji yetu yatakuja kutoka mbinguni. Majibu kwa mahitaji yetu ni majibu ya kimbingu na siyo ya kidunia tu. Hii inamaanisha kwamba inaweza kuonekana tofauti kabisa kutoka kile tunachokitegemea. Sikiliza kwa kile Bwana alichosema kupitia Isaya katika Isaya 55:8-9:

(8) Maana mawazo yangu si mawazo yenu wala njia zenu si njia zangu asema Bwana. (9) Kwa maana kama vile mbingu zilivyo juu sana kuliko nchi kadhalika njia zangu zi juu sana kuliko njia zenu na mawazo yenu.

Baraka za mbinguni zina vipaumbele mbalimbali. Tamanio la Mungu ni kwa ustawi wa kiroho chetu na urafiki wake kwetu. Wakati mwingine hizi baraka zinaweza kutokea kwetu kama jaribu. Kifo cha Bwana Yesu juu ya msalaba hakikuonekana kuwa baraka kwa wakati huo, lakini mbegu iliyopandwa siku hiyo ilifanyika msingi wa kazi ya ufalme wa Mungu katika vizazi vyote. Ahadi Mungu alizoahidi zinatoka mbinguni. Ni kweli kwamba vitu vya kushangaza vinaweza kutokea juu ya dunia hii kama matokeo ya baraka zambinguni, lakini tusingeliziwekea mipaka baraka hizi kwa mali za mwili, faraja na urahisi. Kufanya kwa kupunguza baraka nyingi kubwa ambazo Mungu anataka kutupa.

Katika Isaya 64:1-4 Nabii anamuita Mungu kufungua mbingu na kuja chini. Katika uhalisia anamuita Mungu kumimina baraka zake za mbinguni juu ya dunia. Sikiliza katika maombi haya:

(64:1) Laiti ungepasua mbingu na kushuka ili milima itetemeke mbele zako. (64:2) Kama vile moto uchomapo vichaka na moto uchemshapo maji ili kuwajulisha adui zako jina lako mataifa wakatetemeka mbele zako!(64:3) Ulipofanya mambo ya kutisha tusiyoyatazamia ulishuka milima ikatetemeka mbele zako. (64:4) Maana tangu zamani za kale watu hawakusikia wala kufahamu kwa masikio wala jicho halikuona Mungu ila wewe atendaye mambo kwa ajili yake amngojaye.

Zingatia asili ya baraka za Isaya alizokuwa anaita chini kutoka mbinguni katika Isaya 64. Baraka hizi zingesababisha milima kutetemekaa Isaya 64. Inaelezewa kama moto uchomapo vichaka au kusababisha maji kuchemka. Ilikuwa ni kama tetemeko kubwa la aridhi ambalo linasababisha taifa la adui kutetemeka. Hii ni aina ya baraka ungeliomba siku ya leo? Baraka hizi zinanguvu kubwa ya matokeo ya utakaso juu ya dunia. Wenye dhambi watatetemeka na kuogopa gadhabu ya Mungu. Waamini hushuka magotini wakinyenyekea na kuvunjika. Mungu anatembea katika njia tusiyoweza kuelezea. Ufalme wake ulianzishwa na dhambi na uasi ni viti vilivyo shindwa kwa nguvu. Tunaweza kufikiri tu matokeo ya aina hii ya baraka tungelikuwa nazo katika makanisa yetu leo. Wanafiki wangelikuwa wamewekwa wazi na kuondolewa. Watu wa Mungu wangelikuwa wanyenyekevu na wamepewa vifaa kwa huduma kubwa. Mahusiano yangelituzwa. Baraka za Mungu wa mbinguni siyo tu kuhusu maisha ya kustarehe zaidi. Ikiwa kitu chochote, tunaweza kutafuta faraja ya changamoto. Tunaweza kujikuta sisi wenyewe tumejihusisha katika vita inayohusisha kujitoa sana. Tunaweza kulazimika kutoa vyote tulivyonavyo. Wakati baraka za mbinguni zinamiminwa araka za kidunia zinajisalimisha.

Kwa Kuzingatia:

Tunajifunza nini kuhusu hali ya asili ya baraka za Mungu katika kingu hiki? Kuna baraka zozote tutakazo pokea tu ikiwa tumekutana na mahitaji fulani?

Umekuwa ukikosa baadhi ya baraka za Mungu anazotamani kukupa? Kwa nini?

Kuna tofauti gani kati ya baraka tunazo pokea kama matokeo ya ajabu ya neema ya Mungu na baraka tunazo pokea kama zawadi kwa huduma ya uaminifu na utiifu? Namna gani pamoja ya haya yanaweza kuonekana kama tendo la neema katika sehemu ya Mungu?

Kuna tofauti gani kati ya baraka za mbinguni na baraka za duniani? Tumekuwa na hatia ya kutafuta baraka za duniani tu?

Ni kanisa la siku zetu lipotayari kupokea baraka kutoka mbinguni? Unafikria nini hizi baraka zingelionekana kuwa? Ni matokeo gani yangelikuwa juu ya waamini?

Kwa Maombi:

Mshukru Bwana kwamba ni Mungu wa neema ambaye anatubariki sisi hata wakati hatustahili hizo baraka.

Mshukru Bwana kwamba kuna baraka katika stoo kwa wale ambao wanatembea katika utiifu na kujisalimisha kwake. Muombe akupe neema ya kutembea katika utiifu ili kwamba uweze kupata baraka hizi pia.

Muombe Bwana kuandaa watu kwa baraka anayotaka kuimimina juu yao. Muombe yeye atutoe kutoka kupenda dunia hii ili kwamba tuweze kupata baraka kubwa za mbinguni anazotaka kutupa sisi.

7
MSAMAHA NA UPONYAJI

...na kuwasamehe dhambi yao na kuiponya nchi yao (2 Nyakati 7:14)

Tumekuwa tukichunguza mwitikio wa Mungu katika maombi ya Sulemani katika 2 Nyakati 6. Ombi la Sulemani lilikuwa kwamba wakati watu wa Mungu wanaanguka katika dhambi, Mungu angelisikia maombi yao, kusamehe dhambi zao na kuwarejesha wao kwenye ushirika na baraka (Ona 2 Nyakati 6:21, 23, 25, 27, 30, 39). Mungu alikuwa tayari kufanya hili, lakini alihitaji kwamba watu wake kwanza wajinyenyekeze wao wenyewe, kuomba, kuutafuta uso wake na kurudi kutoka kwenye njia zao za uovu. Katika sura hii ya mwisho tutaangalia katika ahadi ya Mungu wakati hii hali ilipofikiwa.

MUSAMAHA

Ahadi ya Mungu kufanya mambo mawili katika sehemu ya mwisho ya kifungu cha 14. Ya kwanza ya ahadi hizi mbili ilikuwa ni msamaha. Hili lilikuwa ni hitaji kubwa la watu wa Mungu. Walitenda dhambi dhidi ya Mungu mtakatifu na walikuwa chini ya hukumu yake. Dhambi yao iliwatenga wao siyo tu kutoka katika ushirika na Mungu lakini pia kutoka katika baraka zake. Wakati tu uhusiano wao uliporejeshwa wangelikuwa mara moja tena wamepata urafiki na Mungu wao na ukamilifu wa kusudi lake.

Nukuu katika kifungu hiki uhusiano kati ya msamaha na uponyaji wa nchi. Nchi ilkuwa inahangaika kwa sababu watu wa Mungu wamegeuka kutoka kwake. Hii inatuonyesha sisi kwamba dhambi inaweza kuwa na madhara katika nchi yetu. Wakati watu wa Mungu hawapo sawa na yeye, hii itakuwa ni ushahidi katika hali ya jamii yetu. Wakati Wakristo wakiwa hawako sawa wanavyopaswa kuwa, jamii yao itakuwa imetumbukia katika giza.

Nukuu pia katika kifungu hiki kwamba ni waamini wanaohitaji msamaha huu. Sifa hizi baadhi za kuzingatia. Kuna wale ambao wanaamini kwamba kwa sababu ya Bwana Yesu alikufa juu ya msalaba atusamehe dhambi zetu, waamini hawahitaji kuomba msamaha. Inawezekana kwa muamini kuwa na kutokusamewa dhambi katika maisha yake sasa, tangu Yesu amekufa na kulipia dhambi zetu, jana, sasa na kesho? Waamini watasimama mbele za Mungu na kutoa hesabu ya dhambi katika maisha yao?

Kuna ushahidi uliowazi katika maandiko kwamba ingawa Bwana Yesu alilipa kwa dhambi juu ya msalaba bado tunahitajika kuja kwake kusamehewa. Waumini wengi watapata aibu kama watakavyo simama mbele za Mungu katika siku hiyo ya mwisho. Yesu aliiweka wazi katika Mathayo 12:36 kwamba tutatakiwa kutoa hesabu katika kila" neno lisilo na maana" tuliloliongea:

Basi nawaaambia kila neno lisilo maana watakalolinena wanadamu watatoa hesabu ya neon hilo siku ya hukumu.

Katika Mathayo 6 Bwana Yesu alikuwa anawafundisha wanafunzi wake namna ya kuomba. Moja ya mahitaji katika maombi ya Bwana ni kwamba Mungu angewasamehe wao makosa yao kama tunavyowasamehe wengine. Yesu alienda kusema ikiwa hatuwasamehi wengine wakati wakitenda dhambi dhidi yetu kisha baba wa mbinguni hatatusamehe sisi.

(14) Kwa maana mkiwasamehe watu makosa yao na baba yenu wa mbinguni atawasamehe ninyi. (15) Bali msipowasamehe watu makosa yao na baba yenu wa mbinguni hatawasamehe ninyi makosa yenu.

Kumbuka kwamba Bwana Yesu anaongea kwa wanafunzi wake wakati anatengeneza hiki kipengele. Hii inatuonyesha wazi kwamba inawezekana kabisa kwa muamini kuwa hajasamehewa dhambi katika maisha yake.

Inaandikwa katika 1Yohana 1:8-10, mtume anaweka wazi kabisa kwamba hata waamini bado dhambi iko ndani yetu ambayo inahitaji kuwa imesamehewa.

(8) Tukisema kwamba hatuna dhambi twajidanganya wenyewe wala kweli haimo mwetu. (9) ukiziungama dhambi zetu yeye ni mwaminifu na wa haki hata atuondolee dhambi zetu na kutusafisha na udhalimu wote. (10) Tukisema kwamba hatukutenda dhambi twamfanya yeye kuwa mwongo wala neno lake halimo mwetu.

Ikiwa Yesu alikuja kusamehe dhambi na kutuleta kwenye uhusiano na baba, inawezekanaje kuwa na kutosamehewa dhambi katika maisha yetu? Kuna kifungu kizuri katika Yohana 13 ambayo ni msaada sana katika kuangalia huku. Katika Yohana 13 Bwana Yesu alikuwa anakula pasaka yake ya mwisho na wanafunzi. Wakati wa chakula cha jioni, Bwana Yesu alitoka kwenye chakula na, akachukua taulo, aliendelea kuwaosha wanafunzi miguu. Petro alikuwa na tatizo hasa Yesu kuosha miguu yake." Hautaosha kamwe miguu yangu," alimwambia Yesu siku hiyo (Yohana 13:8). Yesu alimuelezea kwamba isipokuwa kumuosha Petro, asingelikuwa na nafasi ya kwake. Petro aliposikia hivyo, alikubali:

Simoni Petro," akamwambia Bwana" "si miguu yangu tu hata na mikono yangu na kichwa change pia!" (Yohana 13:9)

Petro alitaka Bwana kumuosha kutoka kichwani hadi kidole cha miguu. Yesu akamjibu Petro siku hiyo ni muhimu:

Yesu akamwambia yeye aliyekwisha kuoga hana haja ya ila ya kutawadha miguu bali yu safi mwili wote nanyi mmekuwa safi lakini si nyote.

Yesu alikuwa anamuambia Petro nini hapa? Alimwambia yeye kwamba mtu ambaye amekwisha kuoga ni safi na anahitaji tu kuosha miguu. Fikiria umeishi Yerusalemu katika siku hizo za Yesu. Rafiki zako wanakualika kwa chakula cha jioni. Katika maadalizi ya hicho chakula, unaoga. Unavaa nguo zako nzuri unatoka nje ya mlango na kutembea kwenye barabara za vumbi za Yerusalemu kuelekea kwenye nyumba ya rafiki yako. Unafika mlangoni unagundua kwamba vumbi la barabarani limekuchafua miguu yako. Baada ya kuwasili unasalimiwa na mtumishi akiwa na beseni la maji. Unavyokaa, mtushi huyu anapiga magoti na kukuosha mavumbi ya miguu yako na mara moja tena unakuwa safi kabisa. Hauitaji kuoga kwa ajili ya miguu yako michafu. Yote unayohitaji kufanya ni kuosha mavumbi na kuwa safi tena.

Yohana 13 ina mambo baadhi muhimu ya kutufundisha kama waamini. Bwana Yesu ametusafisha kwa kifo chake juu ya msalaba. Kwa sababu tu safi tunaweza kuja kwa baba, kusafishwa dhambi na uchafu wetu. Dhambi haitatutenganisha tena sisi na Mungu kwa sababu ya kazi ya Bwana Yesu juu ya msalaba. Tumeoshwa ndani ya damu yake na kusafishwa doa la dhambi katika maisha yetu.

Wakati tunasafishwa kwa damu ya Bwana Yesu, bado tunatembea kwenye vumbi na uchafu wa mtaani wa dunia hii ya dhambi. Kama tunavyotembea katika hii dunia, tunaathiriwa na uchafu wake. Macho yetu yanaona vitu vinayotusabisha sisi kutenda dhambi. Masikio yetu yanasikia vitu ambavyo vinatupa hasira na kusababisha kuitia katika hali isiyokuwa ya utakatifu. Ndimi zetu zinaongea mambo ambayo yanaumiza kaka na dada zetu. Nani miongoni mwetu hajapewa katika asili msukumo wa mwili? Kama tunavyoishi katika ulimwengu huu, tunajikuta sisi wenyewe tumejaribiwa kufanya dhambi. Kama ilivyo hakuna mtu angelitembea katika vumbi la mtaa wa Yerusalemu bila miguu yake kuchafuka, hivyo hakuna mmoja wetu atakuwa anaweza kuishi katika ulimwengu huu bila kuwa amechafuliwa na dhambi na majaribu yake.

Wakati tulipooga na kusafishwa katika damu ya kristo, bado tutahitajika kuja kila mara kwa Bwana kwa" kuoshwa miguu kiroho" tutatakiwa kukiri kushindwa kwetu. Tutahitaji kila siku kusafishwa kwa Bwana wetu. Bwana amehaidi kusamehe na kutuosha dhambi ya kila siku. Wakati hizi dhambi hazisababishi kupoteza ukombozi wetu, zitaathiri uhusiano wetu na baraka. Ikiwa tunataka kufahamu upya wa huo ushirika na baraka, tutahitaji kuja kila mara kwa Bwana kwa msamaha na kusamehewa.

UPONYAJI

Kitu cha pili Mungu amehaidi kufanya kwa watu wake katika sehemu ya mwisho ya kifungu cha 14 ilikuwa ni kuponya nchi yao. Dhambi inaleta ugonjwa na kifo. Ufumbuzi kwa hili ni kusamehe. Msamaha unaondoa vikwazo vya uzima na kifo.

Hiki ni kitu tusichoelewa kila mara kama waamini. Wakati tunaona hivyo makanisa yetu hayana afya, tunajaribu kurekebisha kwa kuongeza shughuli fulani au kubadili shughuli zetu za sasa. Wakati hili linaweza kuwa muhimu, siyo kila mara ni msingi unaohitajika. Kubadilisha mpango hautabadili moyo. Inaweza kuwafanya watu wenye furaha kwa muda lakini haiwezi kubadili sababu ya msingi ya kukosa baraka za Mungu.

Ninaamini kwamba Maungu anahitaji sisi tupate baraka zake kamilifu zaidi kuliko tunavyohitaji kuzipata. Ni furaha yake kumtuma mwanae ili kwamba tufanyike watoto wake. Ni tamanio lake kutumwagia zawadi nzuri. Yesu aliliweka wazi hili katika Mathayo 7:11 wakati anasema:

Basi, ikiwa ninyi mlio waovu, mnajua kuwapa watoto wenu vipawa vyema, je! si zaidi sana baba yenu aliye mbinguni atawapa mema wao wamwombao?

Furaha ya baba ni kuwabariki watoto wake. Huhuzunika wakati watoto wake wasipotembea katika ukamilifu wa baraka zake. Mtume Paulo anatukumbusha sisi katika 1Wakoritho 2:9:

Lakini, kama ilivyoandikwa: "mambo ambayo jicho halikuyaona wala siko halikuyasikia (wala hayakuingia katika moyo wa mwanadamu) mambo ambayo Mungu aliwaandalia wampendao."

Hatujaona chochote kama baraka Mungu alizonazo kwa ajili yetu. Masikio yetu hayajawahi kusikia aina ya ukamilifu wa ajabu na furaha. Hata kwenye mawazo yetu ya ndani, tusingeliweza kupata ukubwa na utajiri wa Mungu alionao kwenye ghala kwa wale ambao wanampenda yeye. Huo ni moyo wa Mungu kwa watoto wake. Ni nini hicho kinacho tutenga na baraka hizi? 2 Nyakati 7:13-14 inatuambia sisi kwamba hiyo ni dhambi. Ikiwa baraka hizi zinatakiwa kurejeshwa ni lazima tuondoe vikwazo. Ili nchi yetu iwe na afya tena, itachukua nafasi tu kupitia msamaha wa dhambi.

Wakati mwingine huenda kujikuta katika vita ya kiroho na adui. Ninafahamu kwamba Bwana Mungu ameniita mimi kwenye huduma ya kuandika na kufundisha ulimwengu wake. Natumia asubuhi kufanya kazi kwenye vifungu vya maandiko na kurudi nyumbani kutoka duka la kahawa ambapo nilikuwa nafanya kazi. Nikiwa natembea kwenda nyumbani, ninamsikia adui anazungumza kwenye akili yangu akisema:" unafikri nini unafanya? Kipi chema kuandika fafanuzi hizi za biblia? " Wakati nilipofahamu hii inatoka kwa shetani, maneno hayo yalikaa akilini kwangu kwa siku nzima nilisumbuliwa na maneno hayo.

Siku iliyofuata, Wakati ninarudi kuelekea duka la kahawa tena kuandika, Bwana akaongea na mimi kwa nguvu sana kwamba vunja athari ya maneno hayo kutoka kwa shetani. Alinikumbusha mimi kwamba kulikuwa na matatizo katika jamii yetu kwamba sayansi, siasa au dawa zisingeliweza kurekebisha. Matatizo haya yangeliweza kutatuliwa tu kwa neno la Mungu. Mungu alinikumbusha mimi kwamba ikiwa jamii yetu ingelitembea katika neno lake wangelibadilishwa.

Fikri nini kingelitokea katika taifa letu ikiwa wangerikili dhambi zao na kujitoa kwao wenyewe kumtafuta Mungu na kutembea kulingana na kanuni zake? Hii dunia ingelikuwaje ikiwa watu wangetambua kwamba wametenda dhambi na kukiri hiyo dhambi wakajitoa wao wenyewe kumtafuta Mungu peke yake? Kanisa lako lingekuwaje ikiwa huu ni mtazamo? Serikali zetu zingelibadilika. Mahitaji yangelikamilika. Uchumi wetu ungelibadilika. Mataifa yangelisitisha vita. Ugonjwa wa nchi yetu ungeliponywa na baraka za Mungu zingelinyesha kwetu.

Hatimaye, matatizo katika nchi yetu yanafanywa pamoja na dhambi. Uchoyo, kujisifu, ubinafsi, tamaa na dhambi nyingine zimesababisha nchi hii ya kwetu kuugua magonjwa. Hii ni kweli siyo tu katika nchi yetu lakini pia katika makanisa yetu na maisha binafsi. Hitaji kubwa la siku zetu ni uponyaji wa makanisa na nchi yetu. Kizuizi kikubwa kwa hili ni dhambi. Ufumbuzi ni kunyenyekea sisi wenyewe na kuomba, kuutafuta uso wa Mungu na kurudi kutoka njia zetu za uovu. Kisha tu Mungu atasikia kutoka mbinguni, asamehe dhambi zetu na kuponya nchi yetu. Mungu atupe neema kujifunza somo la kifungu hiki rahisi cha maandiko ili kwamba mara moja tena tupate ukamilifu wa baraka zake katika maisha yetu, kanisa na mataifa.

Cha Kuzingatia:

Je Wakristo wanahitaji kusamehewa? Namna gani dhambi inaathiri ushirika wetu na Mungu na ukamilifu wa maisha yake ndani yetu?

Kuna mtu yeyote amekutenda dhambi wewe unahitaji kushughulikia katika maisha yako leo? Ni kina nani hao? Ni madhara gani ya dhambi hii ipo unayo wewe?

Ni baadhi ya njia gani tumechagua kufanyia kazi kwa ukosefu wa baraka na magonjwa katika makanisa yetu na nchi? Namna gani shetani anatafuta kutuweka sisi kutoka kufahamu uhusiano kati ya dhambi na kukosekana kwa baraka?

Kwa Maombi?
Muombe Bwana akupe neema ya kuwa tayari kujichunguza wewe mwenyewe katika mwanga wa ulimwengu wake. Muombe aonyeshe dhambi yoyote katika maisha yako ambayo ingelikuweka kutoka katika ukamilifu wake.

Mshukru Bwana kwamba alikufa ili kwamba adhabu kwa dhambi zetu zote zilikuwa zimelipwa.

Mshukru Bwana kwamba wakati tunakuja kwake kwa ajili ya kusafishwa kila siku, anaongeza musamaha wake kwetu.

Muombe Mungu atembee katika maisha yako na katika jamii yako kuleta roho ya kukiri na toba.

Mshukru Bwana kwamba tamanio lake kubwa ni kubariki watoto wake. Muombe yeye atembee kwa nguvu kati yetu kama watoto wake ili kwamba vikwazo vya dhambi viondolewe.

LIGHT TO MY PATH
BOOK DISTRIBUTION

Light To My Path (LTMP) ni huduma ya uandishi na usambazaji iliyowafikia kwa wafanyakazi wahitaji Wakristo katika Asia, America kusini, na Afrika. Wafanya kazi Wakristo wengi kwenye nchi zinazoendelea hawana rasilimali muhimu za kupata mafundisho ya biblia au kununua vifaa masomo ya biblia kwa huduma zao na kutiwa moyo kwa mtu binafsi. F. Wayne Mac Leod ni mwanachama wa Action International Ministries na amekuwa akiandika vitabu hivi kwa lengo la kuvisambaza kwa wa Wachungaji wahitaji na Wakristo wafanya kazi duniani kote.

Adi sasa makumi elfu ya vitabu yamekuwa yakitumika kwenye, mahubiri, mafundisho, uinjilisiti na faraja kwa waumini wa ndani kwenye zaidi ya nchi sitini. Vitabu vimekuwa sasa vikitafsiriwa kwa lugha nyingi. Lengo ni kuvifanya viwe vinapatikana kwa waumini wengi kama inavyowezekana.

Huduma ya LTMP ni huduma ilijikita kiimani na tunaamini Bwana kwa rasilimali muhimu kwa kusambaza vitabu kwa kufariji na kuimarisha waaminini duniani kote. Wewe utaomba kwamba Bwana ange lifungua milango kwa kutafsiri na kusambazwa zaidi kwa vitabu hivi?

Kwa habari zaidi kuhusu Light To My Path Book Distribution tembelea mtandao wetu kwenye www.lighttomypath.ca